AF898246

KIM - VÂN - KIÊU

NGUYỄN - DU

KIM-VÂN-KIỀU

VAN-HOC

Cuốn KIM VÂN KIỀU, ấn-loát một cách mỹ-lệ, trang-hoàng, ấy vẫn là ước-vọng của nhiều độc-giả, thư-si, và cũng là tham-vọng của mỗi nhà xuất-bản việt-nam.

Trước đây, nét bút linh-hoạt của Mạnh-Quỳnh đã bài-trí một bản KIỀU thông-dụng. Hồi năm 1946, có bản in đặc-biệt mỹ-thuật ra đời, do sự cộng-tác của các họa-sĩ Anh-Đào, Nguyễn-văn-Cẩn, Đỗ-Cung, Lương-xuân-Nhị và Tô-Ngọc-Vân.

Mỗi cuốn đó, theo riêng mỗi chủ-trương, đã là một kết-quả về mặt thực-hiện, nhưng vẫn còn nhiều điểm về văn-chương, mỹ-thuật hoặc ấn-loát phải tiến-cải. Thật vậy, một trình-bầy ấn-loát cho xứng-đáng cuốn KIM VÂN KIỀU là một công-cuộc trường-kỳ còn cần nhiều gắng sức.

Với bản in này, chúng tôi không mong làm việc tân-tạo, mà chỉ góp ý, tiếp lực để đi đến chỗ hoàn-mỹ sau này.

Sách đẹp để tô-điểm hoa-văn, tranh đẹp để tượng-hình thi-nhạc, chúng tôi tự giới-hạn công việc vào hai điểm đó. Và, mặc dầu sự cộng-tác của nhiều họa-sĩ cùng chuyên-môn, chưa giám quyết đã đạt được mục-đích.

Phần kết-quả còn mong nơi phẩm-bình và khuyến-khích của bạn độc-giả.

***

Chúng tôi trân-trọng cảm-tạ các họa-sĩ Phạm-thúc-Chương, Vũ-cao-Đàm, Lê-thị-Lựu, Lê-Phổ, Sekiguchi và Mai-trung-Thứ đã vui lòng cộng lực với chúng tôi để bài-trí cuốn KIỀU này.

Thành-ý chiêm-ngưỡng văn-chương của Tiên-Điền, ấy là duyên-do độc-nhất đã quyết-định các nhà danh-họa đó, đem du-dương của mầu-sắc để diễn-tả thi-vị trong KIỀU.

Các độc-giả sẽ dễ-dàng nhận thấy nghệ-thuật, thể-tài rất biệt-kỳ của mỗi họa-sĩ. Và nghĩ rằng : nếu Kinh Thi là nguồn cảm-hứng của thi-nhân, nghệ-sĩ thời xưa, thì KIM VÂN KIỀU là Tiểu Kinh Thi của Việt-Nam ngày nay. Man-mác trong các vần thơ, biết bao nhiêu đề-mục để ngâm, họa, tâm-tư.

Nhà Xuất-bản
VĂN-HỌC

I

Trăm năm, trong cõi người ta,
Chữ tài, chữ mệnh, khéo là ghét nhau.
Trải qua một cuộc bể dâu,
Những điều trông thấy mà đau đớn lòng.
Lạ gì bỉ sắc, tư phong,
Trời xanh quen thói má hồng đánh ghen.
Kiểu thơm lần giở trước đèn,
"Phong-tình cổ-lục" còn truyền sử-xanh,

Rằng: năm Gia-tĩnh triều Minh,
Bốn phương phẳng-lặng, hai kinh vững-vàng.
Có nhà viên-ngoại họ Vương,
Gia-tư nghỉ cũng thường-thường bậc trung.
Một trai con thứ rốt lòng,
Vương-Quan là chữ, nối dòng nho-gia.
Đầu lòng hai ả tố-nga,
Thúy-Kiều là chị, em là Thúy-Vân.
Mai cốt-cách, tuyết tinh-thần:
Một người một vẻ, mười phân vẹn mười.
Vân xem trang-trọng khác vời,
Khuôn trăng đầy đặn, nét ngài nở-nang.
Hoa cười, ngọc thốt, đoan trang;
Mây thua nước tóc, tuyết nhường màu da.
Kiều càng sắc-sảo mặn-mà,
So bề tài sắc, lại là phần hơn.
Làn thu-thủy, nét xuân-sơn,
Hoa ghen thua thắm, liễu hờn kém xanh.
Một hai nghiêng nước nghiêng thành,
Sắc đành đòi một, tài đành họa hai.

Thông minh vốn sẵn tính trời,
Pha nghề thi họa, đủ mùi ca ngâm;
Cung, thương, làu bậc ngũ âm,
Nghề riêng ăn đứt hồ-cầm một trương:
Khúc nhà tay lựa nên chương,
Một thiên bạc-mệnh lại càng não nhân.
Phong-lưu rất mực hồng-quần,
Xuân-xanh xấp-xỉ tới tuần cập-kê.
Êm-đềm trướng rủ màn che,
Tường-đông ong bướm đi về mặc ai.

II

Ngày xuân con én đưa thoi,
Thiều-quang chín chục đã ngoài sáu-mươi.
Cỏ non xanh tận chân trời,
Cành lê trắng điểm một vài bông hoa.
Thanh-minh, trong tiết tháng ba,
Lễ là Tảo-mộ, hội là Đạp-thanh.
Gần xa nô-nức yến anh,
Chị em sắm sửa bộ hành chơi xuân.

Dập-dìu tài-tử, giai-nhân,
Ngựa xe như nước, áo quần như nen:
Ngổn-ngang gò đống kéo lên,
Thoi vàng-vó rắc, tro tiền-giấy bay.

° °°

Tà-tà bóng ngả về tây,
Chị em thơ thẩn dan tay ra về.
Bước lần theo ngọn tiểu khê,
Lần xem phong-cảnh có bề thanh-thanh.
Nao-nao dòng nước uốn quanh,
Dịp cầu nho-nhỏ cuối ghềnh bắc ngang.
Sè-sè nấm đất bên đường,
Dầu-dầu ngọn cỏ, nửa vàng, nửa xanh.
Rằng: "Sao trong tiết Thanh-minh,
"Mà đây hương khói vắng tanh thế mà"?
Vương Quan mới dẫn gần xa:
«Đạm-tiên nàng ấy xưa là ca-nhi.
“Nổi danh tài sắc một thì,
“Xôn-xao ngoài cửa, hiếm gì yến anh.

“Phận hồng-nhan có mong manh,
“Nửa chừng xuân, thoắt gẫy cành thiên-hương.
“Có người khách ở viễn phương,
“Xa nghe cũng nức tiếng nàng tìm chơi.
“Thuyền tình vừa ghé tới nơi,
“Thì đà trâm gãy bình rơi bao giờ!
“Buồng không lạnh ngắt như tờ,
“Dấu xe ngựa đã rêu lờ-mờ xanh.
“Khóc than khôn xiết sự tình:
“Khéo vô duyên bấy là mình với ta!
“Đã không duyên trước chăng mà,
“Thì chi chút ước gọi là duyên sau.
“Sắm-sanh nếp tử, xe châu,
“Vùi nông một nấm, mặc dầu cỏ hoa.
“Trải bao thỏ lặn ác tà,
“Ấy mồ vô chủ, ai mà viếng thăm!”
Lòng đâu sẵn món thương tâm,
Thoắt nghe Kiều đã đầm-đầm châu sa:
«Đau-đớn thay, phận đàn-bà!
«Lời rằng bạc-mệnh cũng là lời chung.

« Phũ-phàng chi bấy Hóa-công !
« Ngày xanh mòn-mỏi, má-hồng phôi-pha.
« Sống làm vợ khắp người ta,
« Hại thay ! thác xuống làm ma không chồng !
« Nào người phượng chạ loan chung,
« Nào người tích lục, tham hồng là ai ?
« Đã không kẻ đoái, người hoài,
« Sẵn đây ta kiếm một vài nén hương.
« Gọi là gặp-gỡ giữa đường,
« Họa là người dưới suối vàng biết cho. »
Sầm-dầm khấn-khứa nhỏ to,
Sụp ngồi, đặt cỏ trước mồ, bước ra.
Một vùng cỏ áy, bóng tà,
Gió hiu-hiu thổi một và bông lau.
Rút trâm sẵn giắt mái đầu,
Vạch da cây, vịnh bốn câu ba vần.
Lại càng mê-mẩn tâm thần.
Lại càng đứng lặng tần ngần chẳng ra.
Lại càng ủ-dột nét hoa,
Sầu tuôn đứt nối, châu sa vắn dài !

Vân rằng: « Chị cũng nực cười,
Khéo dư nước mắt, khóc người đời xưa! »
Rằng: « Hồng-nhan tự nghìn xưa,
« Cái điều bạc-mệnh có chừa ai đâu.
« Nỗi niềm tưởng đến mà đau,
« Thấy người nằm đó, biết sau thế nào? »
Quan rằng: « Chị nói hay sao,
« Một lời là một vận vào khó nghe!
Ở đây âm-khí nặng-nề,
« Bóng chiều đã ngả, dặm về còn xa. »
Kiều rằng: « Những đấng tài-hoa,
« Thác là thể-phách, còn là tinh-anh.
« Dễ hay tình lại gặp tình,
« Chờ xem, ắt thấy hiển linh bây giờ. »
Một lời nói chửa kịp thưa,
Phút đâu trận gió cuốn cờ đến ngay:
Ào-ào đổ lộc, rung cây,
Ở trong dường có hương bay ít nhiều.
Đè chừng ngọn gió lần theo,
Dấu giày từng bước in rêu rành-rành.

Mặt nhìn, ai nấy đều kinh,
Nàng rằng: "Này thực tinh-thành chẳng xa.
"Hữu-tình ta lại gặp ta,
"Chớ nề u-hiển, mới là chị em."
Đã lòng hiển-hiện cho xem,
Tạ lòng, nàng lại nối thêm vài lời.
Lòng thơ lai-láng bồi-hồi,
Gốc cây, lại vạch một bài cổ thi.

Dùng-dằng nửa ở, nửa về,
Nhạc vàng đâu đã tiếng nghe gần-gần.
Trông chừng thấy một văn-nhân,
Lỏng buông tay khấu, bước lần dặm băng.
Đề-huề lưng túi gió trăng,
Sau chân theo một vài thằng con-con.
Tuyết in sắc, ngựa câu dòn,
Cỏ pha mầu áo nhuộm non da trời.
Nẻo xa mới tỏ mặt người,
Khách đà xuống ngựa, tới nơi tự tình.

Hài văn lần bước dặm xanh,
Một vùng như thể cây quỳnh, cành dao.
Chàng Vương, quen mặt ra chào,
Hai kiều e-lệ nép vào dưới hoa.
Nguyên người quanh-quất đâu xa,
Họ Kim tên Trọng, vốn nhà trâm-anh.
Nền phú-hậu, bậc tài-danh,
Văn-chương nết đất, thông-minh tính trời,
Phong-tư tài-mạo tuyệt vời,
Vào trong phong-nhã, ra ngoài hào hoa.
Chung-quanh vẫn đất nước nhà,
Với Vương Quan, trước vẫn là đồng thân.
Vẫn nghe thơm nức hương-lân,
Một nền Đồng-tước, khóa xuân hai Kiều.
Nước non cách mấy buồng thêu,
Những là trộm dấu, thầm yêu, chốc mòng.
May thay giải-cấu tương phùng
Gặp tuần đố-lá, thỏa lòng tìm hoa.
Bóng hồng nhác thấy nẻo xa,
Xuân lan, thu cúc, mặn-mà cả hai.

Người quốc-sắc, kẻ thiên-tài,
Tình trong như đã, mặt ngoài còn e.
Chập-chờn cơn tỉnh, cơn mê,
Rốn ngồi chẳng tiện, dứt về chỉn khôn.
Bóng tà như giục cơn buồn,
Khách đà lên ngựa, người còn ghé theo.
Dưới dòng nước chảy trong veo,
Bên cầu tơ liễu bóng chiều thướt tha.

Kiều từ trở gót trướng hoa,
Mặt trời gác núi, chiêng đà thu không.
Gương Nga chênh-chếch dòm song,
Vàng gieo ngấn nước, cây lồng bóng sân.
Hải-đường lả ngọn đông-lân,
Giọt sương-gieo nặng, cành xuân la-đà.
Một mình lặng ngắm bóng nga,
Rộn đường gần với nỗi xa bời-bời:
«Người mà đến thế thời thôi,
«Đời phồn-hoa cũng là đời bỏ đi.

«Người đâu gặp-gỡ lâm chi,
« Trăm năm biết có duyên gì hay không?»
Ngổn-ngang trăm mối bên lòng,
Nên câu tuyệt-diệu ngụ trong tính-tình.

Chênh-chênh bóng nguyệt xế mành,
Tựa ngồi bên triện, một mình thiu-thiu.
Thoắt đâu thấy một tiểu kiều,
Có chiều phong-vận, có chiều thanh-tân.
Sương in mặt, tuyết pha thân,
Sen vàng lãng-đãng như gần như xa.
Rước mừng, đón hỏi dò-la:
«Đào-nguyên lạc lối đâu mà đến đây?»
Thưa rằng: « Thanh, khí, xưa nay,
Mới cùng nhau lúc ban ngày đã quên?
«Hàn-gia ở mái tây thiên,
«Dưới dòng nước chảy, bên trên có cầu.
«Mấy lòng hạ cố đến nhau,
«Mấy lời hạ tứ ném châu gieo vàng.

«Vâng trình hội-chủ xem tường,
«Mà xem trong sổ đoạn-trường có tên.
«Âu đành qủa kiếp nhân-duyên,
«Cũng người một hội một thuyền đâu xa!
«Này mười bài mới, mới ra,
«Câu thần lại mượn bút hoa vẽ vời.»
Kiều vâng lĩnh ý đề bài,
Tay tiên một vẫy, đủ mười khúc ngâm.
Xem thơ nấc-nở khen thầm:
«Giá đành tú-khẩu, cẩm-tâm, khác thường
«Ví đem vào tập đoạn-trường,
«Thì treo giải nhất, chi nhường cho ai!»
Thềm hoa, khách đã trở hài,
Nàng còn cầm lại một hai tự tình.
Gió đâu sịch bức mành-mành,
Tỉnh ra mới biết rằng mình chiêm-bao.
Trông theo nào thấy đâu nào,
Hương thừa dường hãy ra vào đâu đây.
Một mình lưỡng-lự canh chầy,
Đường xa, nghĩ nỗi sau này mà kinh!

Hoa trôi, bèo dạt, đã đành,
Biết duyên mình, biết phận mình thế thôi!
Nỗi riêng lớp-lớp sóng giồi,
Nghĩ đòi cơn, lại sụt-sùi đòi cơn.

∴

Giọng Kiều rền-rĩ trướng loan,
Nhà huyên chợt tỉnh, hỏi: «Cơn có gì?
«Cớ sao trằn-trọc canh khuya,
«Màu hoa lê hãy dầm-dề giọt mưa?»
Thưa rằng: «Chút phận ngây thơ,
«Dưỡng sinh đôi nợ tóc-tơ chưa đền.
«Buổi ngày chơi mả Đạm-tiên,
«Nhắp đi, thoắt thấy ứng liền chiêm-bao.
«Đoạn-trường là số thế nào,
«Bài ra thế ấy, vịnh vào thế kia.
«Cứ trong mộng-triệu mà suy,
«Phận con thôi có ra gì mai sau!»
Dạy rằng: «Mộng-triệu cứ đâu?
«Bỗng không mua não chuốc sầu, nghĩ nao!»

Vâng lời khuyên-giải thấp cao.
Chưa xong điều nghĩ, đã dào mạch Tương
Ngoài song thỏ-thẻ oanh-vàng,
Nách tường bông liễu bay sang láng-giềng.
Hiên tà gác bóng nghiêng-nghiêng,
Nỗi riêng, riêng trạnh tấc riêng một mình.

III

Cho hay là giống hữu-tình,
Đố ai gỡ mối tơ mành cho xong!
Chàng Kim từ lại thư-song,
Nỗi nàng canh-cánh bên lòng biếng khuây.
Sầu đong càng khắc càng đầy,
Ba thu dọn lại một ngày dài ghê!
Mây tần khóa kín song the,
Bụi hồng lẽo-đẽo đi về chiêm-bao.
Tuần trăng khuyết, đĩa dầu hao,
Mặt mơ-tưởng mặt, lòng ngao-ngán lòng.
Buồng văn hơi lạnh như đồng,
Trúc se ngọn thỏ, tơ chùng phím loan.

Mành tương phơn phớt gió đàn,
Hương gây mùi nhớ, trà khan giọng tình:
«Ví chăng duyên nợ ba sinh,
«Làm chi những thói khuynh-thành trêu ngươi?

∴

Bâng-khuâng nhớ cảnh, nhớ người,
Nhớ nơi kì-ngộ, vội dời chân đi.
Một vùng cỏ mọc xanh-rì,
Nước ngâm trong vắt, thấy gì nữa đâu!
Gió chiều như gợi cơn sầu,
Vi-lô hiu-hắt như màu khơi-trêu.
Nghề riêng nhớ ít, tưởng nhiều,
Xăm-xăm đè nẻo Lam-kiều lần sang.
Thâm nghiêm, kín cổng, cao tường,
Cạn dòng lá thắm, dứt đường chim xanh.
Lơ-thơ tơ liễu buông mành,
Con oanh học nói trên cành mỉa-mai.
Mấy lần cửa đóng, then cài,
Dẫy thềm hoa rụng, biết người ở đâu?

Tần-ngần, đứng suốt giờ lâu,
Dạo chơi, chợt thấy mái sau có nhà.
Là nhà Ngô-Việt thương gia,
Buồng không để đó, người xa chưa về.
Lấy điều du học, hỏi thuê,
Túi đàn, cặp sách, đề huề dọn sang.
Có cây, có đá, sẵn-sàng,
Có hiên Lãm-thúy, nét vàng chưa phai.
Mừng thầm chốn ấy chữ bài:
Ba sinh âu hẳn duyên trời chi đây!
Song hồ nửa khép cánh mây,
Tường-đông ghé mắt, ngày ngày hằng trông.
Tấc gang đồng tỏa nguyên phong,
Tịt-mù nào thấy bóng hồng vào ra.

∴

Nhận từ quán khách lân-la,
Tuần trăng thấm-thoắt nay đà thêm hai.
Cách tường phải buổi êm trời,
Dưới đào dường có bóng người thướt-tha.

Buông cầm, xóc áo, vội ra,
Hương còn thơm nức, người đã vắng-tanh.
Lần theo tường gấm dạo quanh,
Trên đào nhác thấy một cành kim-thoa.
Giơ tay với lấy về nhà:
Này trong khuê-các, đâu mà đến đây?
«Gẫm âu người ấy, báu này,
Chẳng duyên chưa dễ vào tay ai cầm!»
Liền tay ngắm-nghía, biếng nằm,
Hãy còn thoang-thoảng hương-trầm chưa phai.
Tan sương đã thấy bóng người,
Quanh tường ra ý tìm-tòi ngẩn-ngơ.
Sinh đã có ý đợi chờ,
Cách tường lên tiếng xa đưa ướm lòng:
«Thoa này bắt được hư không,
«Biết đâu Hợp-phố mà mong châu về?»
Tiếng Kiều nghe lọt bên kia:
«Ơn lòng quân-tử sá gì của rơi,
«Chiếc thoa nào của mấy mươi,
«Mà lòng trọng nghĩa, khinh tài, xiết bao!»

Sinh rằng: « Lân-lý ra vào,
« Gần đây, nào phải người nào xa-xôi,
« Được rày nhờ chút thơm rơi,
« Kể đà thiểu-não lòng người bấy nay!
« Bấy lâu mới được một ngày,
« Dừng chưn, gạn chút niềm tây gọi là. »
Vội về thêm lấy của nhà,
Xuyến vàng đôi chiếc, khăn là một vuông.
Bậc mây dón bước ngọn tường,
Phải người hôm nọ rõ-ràng, chẳng nhe?
Sượng-sùng giữ ý rụt-rè,
Kẻ nhìn rõ mặt, người e cúi đầu.
Rằng: « Từ ngẫu-nhĩ gặp nhau,
« Thầm trông, trộm nhớ, bấy lâu đã chồn
« Xương mai, tính đã rủ mòn,
« Lần-lừa, ai biết hãy còn hôm nay!
« Tháng tròn như gửi cung mây,
« Trần-trần một phận ấp cây đã liều!
« Tiện đây xin một hai điều,
« Đài-gương soi đến dấu bèo cho chăng? »

Ngần ngừ, nàng mới thưa rằng:
« Thói nhà băng-tuyết, chất hằng phỉ-phong
« Dù khi lá thắm, chỉ hồng,
« Nên chăng thì cũng tại lòng mẹ cha.
« Nặng lòng xót liễu, vì hoa,
« Trẻ thơ đã biết đâu mà dám thưa! »
Sinh rằng: « Rày gió, mai mưa,
« Ngày xuân đã dễ tình-cờ mấy-khi!
« Dù chăng xét tấm tình si,
« Thiệt đây mà có ích gì đến ai?
« Chút chi gắn-bó một hai,
« Cho đành rồi sẽ liệu bài mối-manh.
« Khuôn-thiêng dù phụ tấc thành,
« Cũng liều bỏ quá xuân xanh một đời.
« Lượng xuân dù quyết hẹp-hòi,
« Công đeo-đuổi chẳng thiệt-thòi lắm ru! »
Lặng nghe lời nói như ru,
Chiều xuân dễ khiến, nét thu ngại-ngùng.
Rằng: « Trong buổi mới lạ-lùng,
« Nể lòng, có lẽ cầm lòng cho đang!

"Đã lòng quân-tử đa-mang,
"Một lời, vâng tạc đá vàng thỉ chung."
Được lời như cởi tấm lòng,
Giở kim-thoa với khăn-hồng, trao tay.
Rằng: "Trăm năm cũng từ đây,
"Của tin, gọi một chút này làm ghi."
Sẵn tay khăn gấm, quạt quì,
Với cành thoa ấy, tức thì đổi trao.
Một lời gắn-bó tất-giao,
Mái sau dường có sôn sao tiếng người.
Vội vàng lá rụng, hoa rơi,
Chàng về viện sách, nàng dời lầu trang.
Từ phen đá biết tuổi vàng,
Tình càng thấm-thía, dạ càng ngẩn-ngơ.
Sông Tương một giải nông sờ,
Bên trông đầu nọ, bên chờ cuối kia.
Một tường tuyết trở sương che,
Tin xuân đâu dễ đi về cho năng.

Lần lần ngày gió đêm trăng,
Thưa hồng rậm lục, đã chừng xuân qua.
Ngày vừa sinh-nhật ngoại-gia,
Trên hai đường, dưới nữa là hai em.
Tưng-bừng sắm-sửa áo xiêm,
Biện dâng một lễ, xa đem tấc thành.
Nhà lan thanh-vắng một mình,
Ngẫm cơn hội-ngộ đã đành hôm nay.
Thì-trân thức thức sẵn bày,
Gót sen thoăn-thoắt dạo ngay mái tường.
Cách hoa, sẽ dặng tiếng vàng,
Dưới hoa đã thấy có chàng đứng trông.
« Trách lòng hờ-hững với lòng,
« Lửa hương chốc để lạnh-lùng bấy lâu.
« Những là đắp nhớ đổi sầu.
« Tuyết sương nhuốm nửa mái đầu hoa dâm.»
Nàng rằng: « Gió bắt, mưa cầm,
« Đã cam tệ với tri-âm bấy chầy.
« Vắng nhà, được buổi hôm nay,
« Lấy lòng gọi chút ra đây tạ lòng.»

Lần theo núi-giả đi vòng,
Cuối tường dường có nẻo thông mới rào;
Xắn tay mở khóa động đào,
Rẽ mây trong tỏ lối vào Thiên-thai.
Mặt nhìn mặt, càng thêm tươi,
Bên lời vạn-phúc, bên lời hàn-huyên.
Sánh vai về chốn thư hiên,
Góp lời phong-nguyệt, nặng nguyền non sông
Trên yên; bút giá thi-đồng,
Đạm-thanh một bức tranh tùng treo trên.
Phong-sương được vẻ thiên-nhiên,
Mặn khen nét bút, càng nhìn càng tươi.
Sinh rằng: «Phác-hoạ vừa rồi,
«Phẩm đề, xin một vài lời thêm hoa».
Tay tiên gió táp mưa sa,
Khoảng trên, dừng bút thảo và bốn câu.
Khen: «Tài nhả ngọc phun châu,
«Nàng Ban, ả Tạ cũng đâu thế vầy!
«Kiếp tu xưa ví chưa dày,
«Phúc nào nhắc được giá này cho ngang!»

Nàng rằng: « Trộm liếc dung-quang,
« Chẳng sân ngọc-bội, thời phường kim-môn.
« Nghĩ mình phận mỏng cánh chuồn,
« Khuôn-xanh biết có vuông tròn mà hay?
« Nhớ từ năm hãy thơ-ngây,
« Có người tướng-sĩ đoán ngay một lời:
« Anh-hoa phát tiết ra ngoài,
« Nghìn thu bạc-mệnh một đời tài-hoa.
« Trông người lại ngẫm đến ta,
« Một dày, một mỏng, biết là có nên? »
« Sinh rằng: « Giải-cấu là duyên,
« Xưa nay nhân định thắng thiên cũng nhiều.
« Ví dù giải-kết đến điều,
« Thì đem vàng đá mà liều với thân ».
Đủ điều trung khúc ân-cần,
Lòng xuân phơi-phới, chén xuân tàng-tàng.
Ngày vui ngắn chẳng đầy gang,
Trông ra ác đã ngậm gương non đoài.
Vắng nhà chẳng tiện ngồi dai,
Giã chàng, nàng mới kíp dời song-sa.

Đến nhà vừa thấy tin nhà,
Hai thân còn giở tiệc hoa chưa về.
Cửa ngoài vội rủ rèm the,
Xăm-xăm băng lối vườn khuya một mình.
Nhặt thưa, gương giọi đầu cành,
Ngọn đèn trông lọt trướng-huỳnh hắt-hiu.
Sinh vừa tựa án thiu-thiu,
Giở chiều như tỉnh, giở chiều như mê.
Tiếng sen sẽ động giấc hoè,
Bóng trăng đã xế hoa lê lại gần.
Bâng-khuâng đỉnh Giáp, non Thần,
Còn ngờ giấc mộng đêm xuân mơ-màng.
Nàng rằng: «Khoảng vắng đêm trường,
Vì hoa nên phải đánh đường tìm hoa.
«Bây giờ rõ mặt đôi ta,
«Biết đâu rồi nữa chẳng là chiêm-bao?»
Vội mừng làm lễ rước vào,
Đài-sen nối sáp, song đào thêm hương.

Tiên thề cùng thảo một trương,
Tóc mây một món, dao vàng chia đôi.
Vầng trăng vằng-vặc giữa trời,
Đinh-ninh hai miệng, một lời song-song.
Tóc tơ căn-vặn tấc lòng,
Trăm năm tạc một chữ đồng đến xương.
Chén hà sánh giọng quỳnh-tương,
Dải là hương lộn, bình gương bóng lồng.
Sinh rằng: « Gió mát trăng trong,
« Bấy lâu nay một chút lòng chưa cam;
« Chày sương chưa nện cầu Lam,
« Sợ lần-khân quá ra sờm-sỡ chăng? »
Nàng rằng: « Hồng diệp, xích thằng,
« Một lời cũng đã tiếng rằng tương-tri.
« Đừng điều nguyệt nọ, hoa kia,
« Ngoài ra, ai lại tiếc gì với ai ».
Rằng: « Nghe nổi tiếng Cầm-đài,
« Nước non luống những lắng tai Chung-Kỳ ».
Thưa rằng: « Tiện-kĩ sá chi!
« Đã lòng dạy đến, dạy thì phải vâng ».

Hiên sau treo sẵn cầm-trăng,
Vội-vàng sinh đã tay nâng ngang mày.
Nàng rằng: "Nghề mọn riêng tay,
"Làm chi cho bận lòng này lắm thân?"
So dần dây vũ, dây văn,
Bốn dây to nhỏ theo vần cung, thương.
Khúc đâu Hán, Sở, chiến-trường,
Nghe ra tiếng sắt, tiếng vàng chen nhau.
Khúc đâu Tư-mã Phượng-cầu,
Nghe ra như oán, như sầu, phải chăng!
Kê Khang này khúc Quảng-lăng,
Một rằng Lưu-thủy, hai rằng Hành-vân.
Quá-quan này khúc Chiêu-quân,
Nửa phần luyến chúa, nửa phần tư gia.
Trong như tiếng hạc bay qua,
Đục như nước suối mới sa nửa vời;
Tiếng khoan như gió thoảng ngoài,
Tiếng mau sầm-sập như trời đổ mưa.
Ngọn đèn khi tỏ khi mờ,
Khiến người ngồi đó cũng ngơ-ngẩn sầu.

Khi tựa gối, khi cúi đầu,
Khi vò chín khúc, khi chau đôi mày.
Rằng: «Hay thì thật là hay,
«Nghe ra ngậm đắng, nuốt cay thế nào!
«So chi những bậc tiêu-tao,
«Dột lòng mình cũng nao-nao lòng người?»
Rằng: «Quen mất nết đi rồi,
«Tẻ vui, thôi cũng tính trời biết sao!
«Lời vàng, vâng lĩnh ý cao.
«Họa dần-dần bớt, chút nào được không».
Hoa hương càng tỏ thức hồng,
Đầu mày, cuối mắt, càng nồng tấm yêu.
Sóng tình dường đã xiêu-xiêu,
Xem trong âu-yếm, có chiều lả-lơi.
Thưa rằng: «Đừng lấy làm chơi,
«Dẽ cho thưa hết một lời đã nao!
«Vẻ chi một đóa yêu đào,
«Vườn hồng, chi dám ngăn rào chim xanh.
«Đã cho vào bậc bố-kinh,
«Đạo tòng phu, lấy chữ trinh làm đầu.

«Ra tuồng trên Bộc, trong dâu,
«Thì con người ấy ai cầu làm chi!
«Phải điều ăn-xổi ở thì,
«Tiết trăm năm, nỡ bỏ đi một ngày!
«Ngẫm duyên kỳ-ngộ xưa nay,
Lứa đôi ai lại đẹp tày Thôi, Trương.
«Mây mưa đánh đổ đá vàng,
«Quá chiều nên đã chán-chường yến-anh.
«Trong khi chắp cánh, liền cành,
«Mà lòng rẻ-rúng đã dành một bên!
«Mái tây để lạnh hương nguyền,
«Cho duyên đằm-thắm ra duyên bẽ-bàng.
«Gieo thoi, trước chẳng giữ-giàng,
«Để sau nên thẹn cùng chàng bởi ai?
«Vội chi liễu ép hoa nài,
«Còn thân còn một đền bồi có khi».
Thấy lời đoan-chính dễ nghe,
Chàng càng thêm nể, thêm vì mười phân.
Bóng tàu vừa lạt vẻ ngân,
Tin đâu đã thấy cửa ngăn gọi vào.

vucaodam

Nàng thì vội trở buồng thêu,
Sinh thì dạo gót sân đào vội ra.

Cửa sài vừa ngỏ then hoa,
Gia-đồng vào gửi thư nhà mới sang.
Đem tin thúc-phụ từ-đường,
Bơ-vơ lữ-thấn tha hương đề-huề.
Liêu-dương cách trở sơn khê,
Xuân-đường kịp gọi sinh về hộ tang.
Mảng tin xiết nỗi kinh-hoàng,
Băng mình lên trước đài-trang tự tình.
Gót đầu mọi nỗi đinh-ninh,
Nỗi nhà tang-tóc, nỗi mình xa-xôi:
« Sự đâu chưa kịp đôi-hồi,
« Duyên đâu chưa kịp một lời trao tơ.
« Trăng thề còn đó trơ-trơ,
« Dám xa-xôi mặt, mà thưa-thớt lòng.
« Ngoài nghìn dặm chốc ba đông,
« Mối sầu khi gỡ cho xong còn chầy!

«Gìn vàng, giữ ngọc, cho hay,
«Cho đành lòng kẻ chưn mây, cuối trời».
Tai nghe ruột rối bời-bời,
Ngập-ngừng, nàng mới giãi lời trước sau:
«Ông tơ gàn-quải chi nhau,
«Chưa vui sum-hợp đã sầu chia-phôi!
«Cùng nhau trót đã nặng lời,
«Dẫu thay mái tóc, dám rời lòng tơ!
«Quản bao tháng đợi, năm chờ,
«Nghĩ người ăn gió, nằm mưa, xót thầm.
«Đã nguyền hai chữ đồng-tâm,
«Trăm năm thề chẳng ôm cầm thuyền ai.
«Còn non, còn nước, còn dài,
«Còn về, còn nhớ đến người hôm nay!»
Dùng-dằng chưa nỡ rời tay,
Vầng đông, trông đã đúng ngay nóc nhà.
Ngại-ngùng một bước, một xa,
Một lời trân-trọng; châu sa mấy hàng.
Buộc yên, quẩy gánh, vội-vàng,
Mối sầu sẻ nửa, bước đường chia hai.

Buồn trông phong cảnh quê người,
Đầu cành quyên nhặt, cuối trời nhạn thưa.
Não người cữ gió, tuần mưa,
Một ngày nặng gánh tương-tư một ngày.

IV

Nàng còn đứng tựa hiên tây,
Chín hồi vấn-vít như vầy mối tơ.
Trông chừng khói ngất song thưa,
Hoa trôi giạt thắm, liễu xơ-xác vàng.
Tần-ngần dạo gót lầu trang,
Một đoàn mừng thọ ngoại-hương mới về.
Hàn-huyên chưa kịp dãi-dề,
Sai-nha bỗng thấy bốn bề xôn-xao:
Người nách thước, kẻ tay dao,
Đầu trâu, mặt ngựa, ào-ào như sôi.
Già giang một lão một trai,
Một dây vô-lại buộc hai thâm-tình.
Đầy nhà vang tiếng ruồi xanh,
Rụng-rời giọt liễu tan-tành gối mai.

Đồ tuế-nhuyễn, của riêng-tây,
Sạch-sành-sanh vét cho đầy túi tham.
Điều đâu bay buộc ai làm?
Này ai đan dập, giật giàm bỗng dưng?
Hỏi ra sau mới biết rằng:
Phải tên xưng-xuất tại thằng bán tơ.
Một nhà hoảng-hốt, ngẩn-ngơ,
Tiếng oan dậy đất, án ngờ loà mây.
Hạ từ, van lạy suốt ngày,
Điếc tai lân-tuất, phũ tay tồi-tàn.
Giường cao rút ngược dây oan,
Dẫu là đá cũng nát gan, lọ người!
Mặt trông đau-đớn rụng-rời,
Oan này còn một kêu Trời, nhưng xa!
Một ngày lạ thói sai nha
Làm cho khốc-hại chẳng qua vì tiền

Sao cho cốt-nhục vẹn-tuyền,
Trong khi ngộ biến tùng quyền, biết sao?

Duyên hội-ngộ, đức cù-lao,
Bên tình, bên hiếu, bên nào nặng hơn?
Để lời thệ hải minh sơn,
Làm con, trước phải đền ơn sinh-thành.
Quyết tình, nàng mới hạ tình:
«Dẽ cho để thiếp bán mình chuộc cha!»
Họ Chung có kẻ lại già,
Cũng trong nha-dịch, lại là từ-tâm;
Thấy nàng hiếu trọng tình thâm,
Vì nàng, nghĩ cũng thương thầm xót vay.
Tính bài lót đó, luồn đây,
Có ba trăm lạng, việc này mới xuôi.
Hãy về tạm phó giam ngoài,
Dặn nàng qui-liệu trong đôi ba ngày.
Thương lòng con trẻ thơ-ngây,
Gặp cơn vạ gió, tai bay bất kỳ!
Đau lòng tử biệt sinh ly,
Thân còn chẳng tiếc, tiếc gì đến duyên!
Hạt mưa sá nghĩ phận hèn,
Liệu đem tấc cỏ, quyết đền ba xuân.

Sự lòng ngỏ với băng-nhân,
Tin sương đồn-đại, xa gần xôn-xao.
Gần miền có một mụ nào,
Đưa người viễn khách, tìm vào vấn danh.
Hỏi tên, rằng: « Mã Giám-sinh »;
Hỏi quê, rằng: « Huyện Lâm-thanh cũng gần ».
Quá niên trạc ngoại tứ tuần,
Mày râu nhẵn-nhụi, áo quần bảnh-bao.
Trước thầy, sau tớ xôn-xao,
Nhà băng đưa mối, rước vào lầu trang.
Ghế trên ngồi tót sỗ-sàng;
Buồng trong mối đã giục nàng kíp ra.
Nỗi mình thêm tức nỗi nhà,
Thềm hoa một bước, lệ hoa mấy hàng!
Ngại-ngùng dín gió e sương,
Ngừng hoa bóng thẹn, trông gương mặt dày.
Mối càng vén tóc, bắt tay,
Nét buồn như cúc, điệu gầy như mai.

Đắn-đo cân sắc, cân tài,
Ép cung cầm nguyệt, thử bài quạt thơ.
Mặn nồng một vẻ một ưa,
Bằng lòng, khách mới tuỳ cơ dặt-dìu.
Rằng: « Mua ngọc đến Lam-kiều,
« Sính-nghi, xin dạy bao nhiêu cho tường ».
Mối rằng: « Đáng giá nghìn vàng,
« Dớp nhà, nhờ lượng người thương dám nài! »
Cò-kè bớt một thêm hai,
Giờ lâu ngã giá vàng ngoài bốn trăm.
Một lời thuyền đã êm giầm,
Hãy đưa canh-thiếp, trước cầm làm ghi.
Định ngày nạp thái vu qui,
Tiền lưng đã có, việc gì chẳng xong!
Một lời cậy với Chung-công,
Khất-từ tạm lĩnh Vương-ông về nhà.

Thương tình con trẻ, cha già,
Nhìn nàng, ông những máu sa, ruột dầu:

« Nuôi con những ước về sau,
« Trao tơ phải lứa, gieo cầu đáng nơi.
« Trời làm chi cực bấy trời!
« Này ai vu thác, cho người hợp tan!
« Búa rìu bao quản thân tàn,
« Nỡ đày-đọa trẻ, càng oan khốc già!
« Một lần sau trước cũng là,
« Thôi thì mặt khuất, chẳng thà lòng đau!
Theo lời càng chảy dòng châu,
Liều mình, ông đã gieo đầu tường vôi.
Vội-vàng kẻ giữ, người coi,
Nhỏ to, nàng lại tìm lời khuyên can:
« Vẻ chi một mảnh hồng-nhan,
« Tóc-tơ chưa chút đền ơn sinh-thành.
« Dâng thư đã thẹn nàng Oanh,
« Lại thua ả Lý bán mình hay sao?
« Cỗi xuân tuổi hạc càng cao,
« Một cây gánh vác biết bao nhiêu cành.
« Lòng tơ dù chẳng dứt tình,
« Gió mưa âu hẳn tan-tành nước non.

« Thà rằng liều một thân con,
« Hoa dù rã cánh, lá còn xanh cây.
« Phận sao đành vậy cũng vầy,
« Cầm như chẳng đỗ những ngày còn xanh.
« Cũng đừng tính quẩn, lo quanh,
« Tan nhà là một, thiệt mình là hai ».
Phải lời ông cũng êm tai,
Nhìn nhau giọt vắn, giọt dài ngổn-ngang.
Mái ngoài, họ Mã vừa sang,
Tờ hoa đã ký, cân vàng mới trao.
Trằng già độc-địa làm sao?
Cầm dây chẳng lựa, buộc vào tự-nhiên!
Trong tay đã sẵn đồng tiền,
Dầu lòng đổi trắng, thay đen, khó gì!
Họ Chung ra sức giúp vì,
Lễ tâm đã đặt, tụng kỳ cũng xong.

°°°

Việc nhà đã tạm thong-dong,
Tinh-kỳ giục-giã đã mong độ về.

Một mình nâng ngọn đèn khuya,
Áo dầm giọt lệ, tóc se mái sầu.
« Phận dầu, dầu vậy cũng dầu,
« Xót lòng đeo-đẳng bấy lâu một lời!
« Công trình kể biết mấy mươi,
« Vì ta khăng-khít cho người dở-giang.
« Thề hoa chưa ráo chén vàng,
« Lỗi thề, thôi đã phũ-phàng với hoa!
« Trời Liêu non nước bao xa,
« Nghĩ đâu rẽ cửa, chia nhà tự tôi!
« Biết bao duyên-nợ thề-bồi,
« Kiếp này thôi thế thì thôi còn gì?
« Tái-sinh chưa dứt hương thề,
« Làm thân trâu ngựa đền nghì trúc mai.
« Nợ tình chưa trả cho ai,
« Khối tình mang xuống tuyền-đài chưa tan!»
Nỗi riêng, riêng những bàn-hoàn,
Dầu chong trắng đĩa, lệ tràn thấm khăn.
Thúy-Vân chợt tỉnh giấc xuân,
Dưới đèn ghé đến ân-cần hỏi-han.

« Cơ trời dâu bể đa đoan,
« Một nhà để chị riêng oan một mình.
« Có gì ngồi nhẫn tàn canh,
« Nỗi riêng còn mắc với tình chi đây?»
Rằng: « Lòng rối-rã thúc đầy,
« Tơ duyên còn vướng mối này chưa xong.
« Hở môi ra cũng thẹn-thùng,
« Để lòng, thì phụ tấm lòng với ai!
« Cậy em, em có chịu lời,
« Ngồi lên cho chị lạy rồi sẽ thưa.
« Giữa đường đứt gánh tương-tư,
« Giao loan chắp mối tơ thừa mặc em.
« Kể từ khi gặp chàng Kim,
« Khi ngày quạt ước, khi đêm chén thề.
« Sự đâu sóng gió bất kỳ,
« Hiếu tình có lẽ hai bề vẹn hai?
« Ngày xuân em hãy còn dài,
« Xót tình máu mủ, thay lời nước non.
« Chị dầu thịt nát xương mòn,
« Ngậm cười chín suối hãy còn thơm lây!

«Chiếc vành với bức tờ mây.
«Duyên này thì giữ, vật này của chung.
«Dù em nên vợ, nên chồng,
«Xót người mệnh bạc, ắt lòng chẳng quên.
«Mất người còn chút của tin,
«Phím đàn với mảnh hương nguyền ngày xưa
«Mai sau, dầu có bao giờ,
«Đốt lò hương ấy, so tơ phím này;
«Trông ra ngọn cỏ lá cây,
«Thấy hiu-hiu gió, thì hay chị về.
«Hồn còn mang nặng lời thề,
«Nát thân bồ-liễu, đền nghì trúc-mai.
«Dạ-đài cách mặt, khuất lời.
«Rảy xin chén nước cho người thác oan.
«Bây giờ trâm gãy, gương tan,
«Kể làm sao xiết muôn vàn ái-ân!
«Trăm nghìn gởi lạy tình quân,.
«Tơ duyên ngắn-ngủi có ngần ấy thôi.
«Phận sao, phận bạc như vôi?
«Đã đành nước chảy, hoa trôi lỡ-làng.

«Ôi Kim-lang! Hỡi Kim-lang!
«Thôi thôi! thiếp đã phụ chàng từ đây!»
Cạn lời, hồn ngất, máu say,
Một hơi lặng-ngắt, đôi tay lạnh đồng.
Xuân, huyên, chợt tỉnh giấc nồng,
Một nhà tấp-nập, kẻ trong, người ngoài.
Kẻ thang, người thuốc bời-bời,
Mới giầu cơn vựng, chưa phai giọt hồng.
Hỏi: «Sao ra sự lạ-lùng?»
Kiều càng nức-nở, mở không ra lời.
Nỗi nàng, Vân mới rỉ tai:
«Chiếc vành này, với tờ-bồi ở đây!»
-«Này cha làm lỗi duyên mày,
«Thôi thì nỗi ấy sau này đã em!
«Vì ai rụng cải, rơi kim,
«Để con, bèo nổi, mây chìm, vì ai?
«Lời con dặn lại một hai,
«Dẫu mòn bia đá, dám sai tấc vàng!»
Lạy thôi, nàng lại rén chiềng:
«Nhờ cha trả được nghĩa chàng cho xuôi.

« Sá chi thân phận tôi-đòi,
« Dẫu rằng xương trắng quê người, quản đâu! »

V

Xiết bao kể nỗi thảm sầu!
Khắc canh đã giục nam-lâu mấy hồi.
Kiệu hoa đâu đã đến ngoài,
Quản huyền, đâu đã giục người sinh ly.
Đau lòng kẻ ở, người đi,
Lệ rơi thấm đá, tơ chia rủ tằm.
/Trời hôm, mây kéo tối rầm,
Dầu-dầu ngọn cỏ, đầm-đầm cành sương./
Rước nàng về đến trú-phường,
Bốn bề xuân toả, một nàng ở trong.
Ngập-ngừng thẹn lục, e hồng,
Nghĩ lòng, lại xót-xa lòng đòi phen:
« Phẩm tiên rơi đến tay hèn,
« Hoài công nắng giữ, mưa gìn với ai!
« Biết thân đến bước lạc-loài,
« Nhị đào thà bẻ cho người tình-chung!

«Vì ai ngăn đón gió đông,
«Thiệt lòng khi ở, đau lòng khi đi.
«Trùng-phùng dầu họa có khi,
«Thân này thôi có còn gì mà mong!
«Đã sinh ra số long-đong,
«Còn mang lấy kiếp má hồng được sao?»
Trên yên sẵn có con dao,
Giấu cầm nàng đã gói vào chéo khăn:
«Phòng khi nước đã đến chân,
«Dao này thì liệu với thân sau này».
Đêm thu, một khắc một chầy,
Bâng-khuâng như tỉnh, như say một mình.
Chẳng ngờ: gã Mã Dám-sinh.
Vẫn là một đứa phong-tình đã quen.
Quá chơi lại gặp hồi đen,
Quen mồi lại kiếm ăn miền nguyệt hoa.
Lầu xanh có mụ Tú-bà,
Làng chơi đã trở về già hết duyên.
Tình-cờ chẳng hẹn mà nên,
Mạt-cưa, mướp-đắng, đôi bên một phường.

Chung lưng mở một ngôi hàng
Quanh năm buôn phấn, bán hương đã lề.
Dạo tìm khắp chợ thì quê,
Giả danh hầu-hạ, dạy nghề ăn-chơi.
Rủi may, âu cũng sự trời,
Đoạn-trường lại chọn mặt người vô-duyên!
Xót nàng chút phận thuyền-quyên,
Cành hoa đem bán vào thuyền lái-buôn.
Mẹo lừa đã mắc vào khuôn,
Sính nghi rẻ giá, nghinh hôn sẵn ngày.
Mừng thầm: Cờ đã đến tay
«Càng nhìn vẻ ngọc, càng say khúc vàng.
«Đã nên quốc-sắc, thiên-hương,
«Một cười này, hẳn nghìn vàng chẳng ngoa!
«Về đây, nước trước bẻ hoa,
«Vương-tôn, quí-khách, ắt là đua nhau.
«Hẳn ba trăm lạng kém đâu,
«Cũng đà vừa vốn, còn sau thì lời.
«Miếng ngon kề đến tận nơi,
«Vốn nhà cũng tiếc, của trời cũng tham.

«Đào tiên đã bén tay phàm,
«Thì vin cành quít, cho cam sự đời!
«Dưới trần mấy mặt làng chơi,
«Chơi hoa, đã dễ mấy người biết hoa!
«Nước vỏ lựu, máu mào gà,
«Mượn màu chiêu-tập lại là còn nguyên.
«Mập-mờ đánh lận con đen,
«Bao nhiêu cũng bấy nhiêu tiền, mất chi?
«Mụ già hoặc có điều gì,
«Liều công mất một buổi quì mà thôi.
«Vả đây đường-sá xa-xôi,
«Mà ta bất động, nữa người sinh nghi».
Tiếc thay một đóa trà-mi,
Con ong đã mở đường đi, lối về!
Một cơn mưa gió nặng-nề,
Thương gì đến ngọc, tiếc gì đến hương.
Đêm xuân một giấc mơ-màng,
Đuốc hoa để đó, mặc nàng nằm trơ!
Giọt riêng tầm-tã tuôn mưa,
Phần căm nỗi khách, phần rơ nỗi mình:

«Tuồng chi là giống hôi tanh,
«Thân nghìn vàng để ô danh má-hồng!
«Thôi còn chi nữa mà mong,
«Đời người thôi thế là xong một đời!»
Giận duyên, tủi phận, bời-bời,
Cầm dao, nàng đã toan bài quyên sinh.
Nghĩ đi, nghĩ lại, một mình:
«Một mình thì chớ, hai tình thì sao?
«Sau dầu sinh sự thế nào,
«Truy nguyên, chẳng kẻo lụy vào song-thân.
«Nỗi mình âu cũng giãn dần,
«Kíp chầy thôi cũng một lần mà thôi!»
Những là đo-đắn ngược xuôi,
Tiếng gà nghe đã gáy sôi mái tường.
Lầu mai vừa rúc còi sương,
Mã-sinh giục-giã vội-vàng ra đi.
Đoạn trường thay, lúc phân kỳ!
Vó câu khấp-khểnh, bánh xe gập-ghềnh.
Bề ngoài mười dặm trường-đình,
Vương-ông mở tiệc, tiễn hành đưa theo.

Ngoài thì chủ khách dập-dìu,
Một nhà huyên với một Kiều ở trong.
Nhìn càng lã-chã giọt hồng,
Rỉ tai, nàng mới giãi lòng thấp cao:
«Hổ sinh ra phận thơ-đào,
«Công cha nghĩa mẹ kiếp nào trả xong?
«Lỗ-làng nước đục, bụi trong,
«Trăm năm để một tấm lòng từ đây.
«Xem gương trong bấy nhiêu ngày,
«Thân con chẳng kẻo mắc tay bợm già:
«Khi về, bỏ vắng trong nhà,
«Khi vào dùi-dúi, khi ra vội-vàng.
«Khi ăn, khi nói lỡ-làng,
«Khi thầy, khi tớ, xem thường, xem khinh.
«Khác màu kẻ quí, người thanh,
«Ngẫm ra cho kỹ, như hình con buôn.
«Thôi con, còn nói chi con,
«Sống nhờ đất khách, thác chôn quê người!»
Vương-bà nghe bấy nhiêu lời,
Tiếng oan đã muốn vạch trời kêu lên.

Vài tuần chưa cạn chén khuyên,
Mái ngoài, nghỉ đã giục liền ruổi xe.
Xót con lòng nặng chề-chề.
Trước yên ông đã nằn-nì thấp cao:
«Chút thân yếu liễu, thơ đào,
«Dớp nhà đến đổi giấn vào tôi ngươi.
«Từ đây góc bể, bên trời,
«Nắng mưa thui-thủi, quê người một thân.
«Nghìn tầm nhờ bóng tùng quân.
«Tuyết sương che chở cho thân cát đằng.
Cạn lời khách mới thưa rằng:
«Buộc chưn, thôi cũng xích-thằng nhiệm trao.
«Mai sau dầu đến thế nào,
«Kìa gương nhựt nguyệt, nọ dao quỉ thần!»
Đùng-đùng gió giục, mây vần,
Một xe trong cõi hồng trần như bay.
Trông vời, gạt lệ, phân tay,
Góc trời thăm-thẳm, ngày ngày đăm-đăm.
Nàng thì dặm khách xa-xăm,
Bạc phau cầu giá, đen rầm ngàn mây.

Vi-lô san-sát hơi may,
Một trời thu để riêng ai một người.
Dặm khuya ngắt tạnh, mù khơi,
Thấy trăng mà thẹn những lời non sông!
Rừng thu từng biếc chen hồng,
Nghe chim như nhắc tấm lòng thần hôn!

∴

Những là lạ nước, lạ non,
Lâm-chuy vừa một tháng tròn tới nơi.
Xe châu dừng bánh cửa ngoài,
Rèm trong đã thấy một người bước ra.
Thoắt trông nhờn-nhợt màu da,
Ăn gì cao lớn, đẫy-đà làm sao?
Trước xe, lơi-lả han chào,
Vâng lời, nàng mới bước vào tận nơi.
Bên thì mấy ả mày ngài,
Bên thì ngồi bốn năm người làng chơi.
Giữa thì hương lửa hắn-hoi,
Trên treo một tượng trắng đôi lông mày.

Lầu-xanh quen lối xưa nay,
Nghề này thì lấy ông này tiên-sư.
Hương hoa hôm sớm phụng thờ,
Cô nào xấu vía, có thưa mối hàng.
Cổi xiêm lột áo chán-chường,
Trước thần, sẽ nguyện mảnh hương lầm-dầm.
Đổi hoa lót xuống chiếu nằm,
Bướm ong bay lại ầm-ầm tứ vi!
Kiều còn ngơ-ngẩn biết gì,
Cứ lời, lạy xuống, mụ thì khấn ngay:
«Cửa hàng buôn bán cho may,
«Đêm đêm hàn-thực, ngày ngày nguyên-tiêu.
«Muôn nghìn người thấy cũng yêu,
«Xôn-xao anh yến, dập-dìu trúc mai!
«Tin nhạn vẩn, lá thơ bài,
«Đưa người cửa trước, rước người cửa sau!»
Lạ tai, nghe chửa biết đâu,
Xem tình ra cũng những màu dở-dang.

Lễ xong hương-hỏa gia-đường,
Tú-bà vắt nóc lên giường ngồi ngay.
Dạy rằng: « Con lạy mẹ đây,
« Lạy rồi sang lạy cậu mày bên kia ».
Nàng rằng: « Phải bước lưu-ly,
« Phận hèn vâng đã cam bề tiểu-tinh.
« Điều đâu lấy yến làm anh,
« Ngây-thơ chẳng biết là danh-phận gì?
« Đủ điều nạp thái vu-qui,
« Đã khi chung-chạ, lại khi đứng ngồi.
« Giờ ra thay bậc, đổi ngôi,
« Dám xin gởi lại một lời cho minh ».
Mụ nghe nàng nói hay tình,
Bấy giờ mới nổi tam Bành mụ lên:
« Này này sự đã qủa-nhiên,
« Thôi đà cướp sống chồng min đi rồi!
« Bảo rằng: Đi dạo lấy người,
« Đem về rước khách kiếm lời mà ăn.
« Tuồng vô-nghĩa, ở bất nhân,
« Buồn mình, trước đã tần-mần thử chơi.

«Mầu hồ đã mất đi rồi,
«Thôi thôi vốn liếng đi đời nhà ma!
«Con kia đã bán cho ta,
«Nhập gia, phải cứ phép nhà tao đây.
«Lão kia có giở bài bây,
«Chẳng văng vào mặt mà mày lại nghe!
«Có sao chịu tốt một bề,
«Gái tơ mà đã ngứa nghề sớm sao!
«Phải làm cho biết phép tao!»
Chập bì-tiên, rắp sấn vào ra tay.
Nàng rằng: «Trời thẳm đất dày!
«Thân này đã bỏ những ngày ra đi!
«Thôi thì thôi, có tiếc gì!»
Sẵn dao tay áo, tức thì giở ra.
Sợ gan, nát ngọc liều hoa!
Mụ còn trông mặt, nàng đà quá tay.
Thương ôi, tài sắc bậc này,
Một dao oan-nghiệp, dứt dây phong-trần!
Nỗi oan vỡ-lở xa gần,
Trong nhà người chật một lần như nen.

Nàng thì bẩn-bặt giấc tiên,
Mụ thì cầm-cập, mặt nhìn hồn bay.
Vực nàng vào chốn hiên tây,
Cắt người coi-sóc, rước thầy thuốc-men.

∴

Nào hay chưa hết trần-duyên,
Trong mê dường đã đứng bên một nàng.
Rỉ rằng: « Nhân-quả dở-dang,
« Đã toan trốn nợ đoạn-trường được sao!
« Số còn nặng nghiệp má-đào,
« Người dù muốn quyết, trời nào đã cho!
« Hãy xin hết kiếp liễu-bồ,
« Sông Tiền-đường sẽ hẹn-hò về sau ».

∴

Thuốc-thang suốt một ngày thâu,
Giấc mê nghe đã giàu-giàu vừa tan.
Tú-bà chực sẵn bên màn,
Lựa lời khuyên-giải mơn-man gỡ dần:

«Một người dễ có mấy thân!
«Hoa xuân đương nhụy, ngày xuân còn dài.
«Cũng là lỡ một, lầm hai,
«Đá vàng sao nỡ ép nài mưa mây!
«Lỡ chưn trót đã vào đây,
«Khoá buồng xuân, để đợi ngày đào non.
«Người còn thì của hãy còn,
«Tìm nơi xứng-đáng là con cái nhà.
«Làm chi tội báo oan gia,
«Thiệt mình mà hại đến ta hay gì?»
Kề tai mấy nỗi nần-nì,
Nàng nghe dường cũng thị-phi rạch-ròi.
Vả trong thần-mộng mấy lời,
Túc-nhân âu cũng có trời ở trong.
Kiếp này nợ trả chưa xong,
Làm chi thêm một nợ chồng kiếp sau!
Lặng nghe, thấm-thía gót đầu,
Thưa rằng: «Ai có muốn đâu thế này.
«Được như lời thế là may,
«Hẳn rằng mai có như rày cho chăng!

«Sợ khi ong bướm đãi-đằng,
«Đến điều sống đục, sao bằng thác trong!»
Mụ rằng: «Con hãy thong-dong,
«Phải điều lòng lại dối lòng mà chơi!
«Mai sau ở chẳng như lời,
«Trên đầu có bóng mặt trời rạng soi».
Thấy lời quyết-đoán hẳn-hoi,
Đành lòng, nàng cũng sẽ nguôi-nguôi dần.

⁂

Trước lầu Ngưng-bích khóa-xuân,
Vẻ non xa, tấm trăng gần, ở chung.
Bốn bề bát-ngát xa trông,
Cát vàng cồn nọ, bụi hồng dặm kia.
Bẽ-bàng mây sớm đèn khuya,
Nửa tình, nửa cảnh, như chia tấm lòng.
Tưởng người dưới nguyệt chén đồng,
Tin sương luống hãy rày trông mai chờ.
Bên trời góc bể bơ-vơ,
Tấm son gột rửa bao giờ cho phai.

Xót người tựa cửa hôm mai,
Quạt nồng ấp lạnh, những ai đó giờ?
Sân Lai cách mấy nắng mưa,
Có khi gốc tử đã vừa người ôm?
Buồn trông cửa bể gần hôm,
Thuyền ai thấp-thoáng cánh buồm xa-xa?
Buồn trông ngọn nước mới sa,
Hoa trôi man-mác, biết là về đâu?
Buồn trông nội cỏ dầu-dầu,
Chưn mây mặt đất một màu xanh-xanh.
Buồn trông gió cuốn mặt duềnh,
Ầm-ầm tiếng sóng kêu quanh ghế ngồi.

Chung-quanh những nước non người,
Đau lòng lưu-lạc, nên vài bốn câu.
Ngậm-ngùi rủ bước rèm châu,
Cách tường, nghe có tiếng đâu hoạ vần.
Một chàng vừa trạc thanh xuân,
Hình-dong chải-chuốt, áo khăn dịu-dàng.

Nghĩ rằng cũng mạch thư-hương,
Hỏi ra mới biết rằng chàng Sở-Khanh.
Bóng Nga thấp-thoáng dưới mành,
Trông nàng, chàng cũng ra tình đeo-đai.
«Than ôi! sắc nước hương trời,
«Tiếc cho đâu bỗng lạc-loài đến đây?
«Giá đành trong nguyệt trên mây,
«Hoa sao, hoa khéo đọa-đày bấy hoa?
«Nỗi gan riêng giận trời già,
«Lòng này ai tỏ cho ta, hỡi lòng?
«Thuyền-quyên ví biết anh-hùng,
«Ra tay tháo cũi, sổ lồng, như chơi!»
Song thu đã khép cánh ngoài,
Tai còn đồng-vọng mấy lời sắt đanh.
Nghĩ người thôi lại nghĩ mình,
Cám lòng chua-xót, lạt tình chơ-vơ.
Những là lần-lữa nắng mưa,
Kiếp phong-trần biết bao giờ là thôi?
Đánh liều nhắn một hai lời,
Nhờ tay tế-độ vớt người trầm-luân.

Mảnh tiên kể hết xa gần,
Nỗi nhà báo-đáp, nỗi thân lạc-loài.
Tan sương vừa rạng ngày mai,
Tiện hồng nàng mới nhắn lời gởi sang.
Trời tây lãng-đãng bóng vàng,
Phục thư đã thấy tin chàng đến nơi.
Mở xem một bức tiên-mai,
Rành-rành «tích việt» có hai chữ đề.
Lấy trong ý-tứ mà suy:
«Ngày hai mươi mốt, tuất thì phải chăng?»
Chim hôm thoi-thót về rừng,
Đóa trà-mi đã ngậm trăng nửa vành.
Tường đông lay động bóng cành,
Rẽ song, đã thấy Sở-Khanh lẻn vào.
Sượng-sùng đánh dạn ra chào,
Lạy thôi, nàng mới rỉ trao ân-cần.
Rằng: «Tôi bèo-bọt chút thân,
«Lạc đàn mang lấy nợ-nần yến-anh.
«Dám nhờ cốt-nhục tử sinh,
«Còn nhiều kết cỏ ngậm vành về sau!»

Lặng ngồi, lẩm-nhẩm gật đầu:
«Ta đây phải mượn ai đâu mà rằng!
«Nàng đà biết đến ta chăng,
«Bể trầm-luân, lấp cho bằng mới thôi!»
Nàng rằng: «Muôn sự ơn người,
«Thế nào xin quyết một bài cho xong».
Rằng: «Ta có ngựa truy-phong,
«Có tên dưới-trướng, vốn dòng kiện-nhi.
«Thừa cơ lẻn bước ra đi,
«Ba mươi sáu chước, chước gì là hơn.
«Dù khi gió kép, mưa đơn,
«Có ta đây cũng chẳng can-cớ gì!»
Nghe lời, nàng đã sinh nghi,
Song đà quá đỗi, quản gì được thân.
Cũng liều nhắm mắt đưa chân,
Mà xem con Tạo xoay vần đến đâu!
Cùng nhau lẻn bước xuống lầu,
Song-song ngựa trước, ngựa sau một đoàn.
Đêm thu khắc-lậu canh tàn,
Gió cây trút lá, trăng ngàn ngậm gương.

Lối mòn cỏ nhợt mầu sương,
Lòng quê đi một bước đường, một đau.
Tiếng gà xao-xác gáy mau,
Tiếng người đâu đã mái sau dậy-dàng.
Nàng càng thổn-thức gan vàng,
Sở-Khanh đã dẽ dây cương lối nào!
Một mình khôn biết làm sao,
Dặm rừng bước thấp, bước cao, hãi-hùng.

∴

Hóa-nhi thật có nỡ lòng,
Làm chi giày tía, vò hồng, lắm nau!
Một đoàn đổ đến trước sau,
Vuốt đâu xuống đất, cánh đâu lên trời.
Tú-bà tốc thẳng đến nơi,
Hầm-hầm áp điệu một hơi lại nhà.
Hung-hăng chẳng hỏi chẳng tra,
Đang tay vùi liễu, giập hoa tơi-bời.
Thịt da ai cũng là người,
Lòng nào hồng rụng, thắm rời, chẳng đau.

Hết lời thú phục, khẩn-cầu,
Uốn lưng thịt đổ, giập đầu máu sa.
Rằng: « Tôi chút phận đàn-bà,
« Nước non lìa cửa, lìa nhà, đến đây.
« Bây giờ sống thác ở tay,
« Thân này đã đến thế này thì thôi!
« Nhưng tôi có sá chi tôi,
« Phận tôi đành vậy, vốn người để đâu?
« Thân lươn bao quản lấm đầu,
« Chút lòng trinh bạch từ sau cũng chừa!»
Được lời mụ mới tùy cơ,
Bắt người bảo-lĩnh làm tờ cung-chiêu.
Bày vai có ả Mã Kiều,
Xót nàng, ra mới đánh liều chịu đoan.
Mụ càng kể nhặt, kể khoan,
Gạn-gùng đến mực, nồng-nàn mới tha.
Vực nàng vào nghỉ trong nhà,
Mã Kiều lại ngỏ ý ra dặn lời:
« Thôi đà mắc lận thì thôi!
« Đi đâu chẳng biết con người Sở-Khanh?

«Bạc tình, nổi tiếng lầu xanh,
«Một tay chôn biết mấy cành phù-dung!
«Đã-đao lập sẵn chước dùng,
«Lạ gì một cốt, một đồng xưa nay!
«Có ba mươi lạng trao tay,
«Không dưng chi có truyện này, trò kia!
«Rồi ra trở mặt tức thì,
«Bớt lời, liệu chớ trây chi, mà đời!»
Nàng rằng: «Thề-thốt nặng lời,
«Có đâu mà lại ra người hiểm sâu!»
Còn đương suy trước, nghĩ sau,
Mặt mo đã thấy ở đâu dẫn vào.
Sở-Khanh lên tiếng rêu-rao:
«Nọ nghe rằng có con nào ở đây.
«Phao cho quyến gió rủ mây,
«Hãy xem có biết mặt này là ai?»
Nàng rằng: «Thôi thế thì thôi!
«Rằng không, thì cũng vâng lời rằng không!»
Sở-Khanh quát mắng đùng-đùng,
Bước vào, vừa rắp thị hùng ra tay.

Nàng rằng: « Trời nhé có hay!
« Quyến anh, rủ yến, sự này tại ai?
« Đem người giẩy xuống giếng thơi,
« Nói rồi, rồi lại ăn lời được ngay!
« Còn tiền « tích việt » ở tay,
« Rõ-ràng mặt ấy, mặt này chứ ai? »
Lời ngay, đông mặt trong ngoài,
Kẻ chê bất nghĩa, người cười vô-lương!
Phụ-tình án đã rõ-ràng,
Ra tuồng, nghĩ mới kiếm đường tháo lui.
Buồng riêng, riêng những sụt-sùi:
« Nghĩ thân mà lại ngậm-ngùi cho thân.
« Tiếc thay trong giá trắng ngần.
« Đến phong-trần, cũng phong-trần như ai!
« Tẻ vui cũng một kiếp người,
« Hồng-nhan phải giống ở đời mãi ru!
« Kiếp xưa đã vụng đường tu,
« Kiếp này chẳng kẻo đền bù mới xuôi!
« Dẫu sao bình đã vỡ rồi,
« Lấy thân mà trả nợ đời cho xong! »

Vừa tuần nguyệt sáng, gương trong,
Tú-bà ghé lại thong-dong dặn-dò:
«Nghề chơi cũng lắm công-phu,
«Làng chơi ta phải biết cho đủ điều».
Nàng rằng: «Mưa gió dập-dìu,
«Liều thân, thì cũng phải liều thế thôi!»
Mụ rằng: «Ai cũng như ai,
«Người ta ai mất tiền hoài đến đây?
«Ở trong còn lắm điều hay,
«Nỗi đêm khép mở, nỗi ngày riêng chung.
«Này con thuộc lấy làm lòng,
«Vành ngoài bảy chữ, vành trong tám nghề.
«Chơi cho liễu chán, hoa chê,
«Cho lăn-lóc đá, cho mê-mẩn đời.
«Khi khoé hạnh, khi nét ngài,
«Khi ngâm-ngợi nguyệt, khi cười-cợt hoa.
«Đều là nghề-nghiệp trong nhà,
«Đủ ngần ấy nết, mới là người soi».
Gót đầu vâng dạy mấy lời,
Dường chau nét nguyệt, dường phai vẻ hồng.

Những nghe nói, đã thẹn-thùng,
Nước đời lắm nỗi lạ-lùng khắt-khe!
Xót mình cửa các, buồng khuê,
Vỡ lòng, học lấy những nghề-nghiệp hay!
Khéo là mặt dạn mày dày,
Kiếp người đã đến thế này thì thôi!
Thương thay thân phận lạc-loài,
Dẫu sao cũng ở tay người biết sao?
Lầu xanh, mới rủ trướng đào,
Càng treo giá ngọc, càng cao phẩm người.
Biết bao bướm lả, ong lơi,
Cuộc say đầy tháng, trận cười suốt đêm.
Dập-dìu lá gió, cành chim,
Sớm đưa Tống Ngọc, tối tìm Tràng-khanh.
Khi tỉnh rượu, lúc tàn canh,
Giật mình, mình lại thương mình xót-xa.
Khi sao phong gấm rủ là,
Giờ sao tan-tác như hoa giữa đường?
Mặt sao dày gió dạn sương,
Thân sao bướm chán, ong chường bấy thân?

Mặc người mưa Sở, mây Tần,
Những mình, nào biết có xuân là gì!
Đòi phen gió tựa, hoa kề,
Nửa rèm tuyết ngậm, bốn bề trăng thâu.
Cảnh nào cảnh chẳng đeo sầu,
Người buồn, cảnh có vui đâu bao giờ!
Đòi phen nét vẽ, câu thơ,
Cung cầm trong nguyệt, nước cờ dưới hoa.
Vui là vui gượng kẻo là,
Ai tri-âm đó mặn-mà với ai?
Thờ-ơ gió trúc, mưa mai,
Ngẩn-ngơ trăm nỗi, giùi-mài một thân.
Nỗi lòng đòi đoạn xa gần,
Chẳng vò mà rối, chẳng dần mà đau!
Nhớ ơn chín chữ cao sâu
Một ngày một ngả bóng dâu tà-tà.
Dặm ngàn, nước thẳm, non xa,
Nghĩ đâu thân-phận con ra thế này!
Sân hoè đôi chút thơ ngây,
Trân cam, ai kẻ đỡ thay việc mình?

Nhớ lời nguyện ước ba-sinh,
Xa-xôi ai có biết tình chăng ai?
Khi về hỏi liễu Chương-đài,
Cành xuân đã bẻ cho người chuyên tay!
Tình sâu, mong trả nghĩa dày,
Hoa kia đã chắp cây này cho chưa?
Mối tình đòi đoạn vò tơ,
Giấc hương-quan luống lần mơ canh dài.
Song sa vò-võ phương trời,
Nay hoàng-hôn đã, lại mai hôn-hoàng
Lần-lần thỏ bạc ác vàng,
Xót người trong hội đoạn trường đòi cơn!
Đã cho lấy chữ hồng-nhan,
Làm cho, cho hại, cho tàn, cho cân!
Đã đày vào kiếp phong-trần,
Sao cho sỉ-nhục một lần mới thôi!

VI

Khách du bỗng có một người,
Kỳ-Tâm họ Thúc, cũng nòi thư-hương.

Vốn người huyện Tích, châu Thường
Theo nghiêm-đường mở ngôi hàng Lâm-chuy.
Hoa-khôi mộ tiếng Kiều-nhi,
Thiếp hồng tìm đến hương-khuê gởi vào.
Trướng tô, giáp mặt hoa đào,
Vẻ nào chẳng mặn, nét nào chẳng ưa?
Hải-đường mơn-mởn cành tơ,
Ngày xuân càng gió, càng mưa, càng nồng!
Nguyệt hoa, hoa nguyệt, não-nùng,
Đêm xuân ai dễ cầm lòng được chăng!
Lạ gì thanh, khí, lẽ hằng,
Một dây một buộc, ai giằng cho ra?
Sớm đào, tối mận, lân-la,
Trước còn trăng gió, sau ra đá vàng.
Dịp đâu may mắn lạ dường!
Lại vừa gặp khoảng xuân-đường lại quê.
Sinh càng một tình mười mê,
Ngày xuân, lắm lúc đi về với xuân.
Khi gió gác, khi trăng sân,
Bầu tiên chuốc rượu, câu thần nối thơ.

Khi hương sớm, khi trà trưa,
Bàn vây điểm nước, đường tơ hoạ đàn.
Miệt-mài trong cuộc truy-hoan,
Càng quen thuộc nết, càng dan-díu tình.
Lạ cho cái sóng khuynh-thành,
Làm cho đổ quán, xiêu đình, như chơi!
Thúc-sinh quen nết bốc rời,
Trăm nghìn đổ một trận cười như không!
Mụ càng tô lục, chuốt hồng,
Máu tham hễ thấy hơi đồng thì mê.
Dưới trăng, quyên đã gọi hè,
Đầu tường lửa lựu lập-loè đâm bông.
Buồng the phải buổi thong-dong,
Thang lan, rủ bức trướng hồng, tắm hoa.
Rõ màu trong ngọc, trắng ngà,
Dày-dày sẵn đúc một toà thiên-nhiên!
Sinh càng tỏ nết, càng khen,
Ngụ tình tay thảo một thiên luật Đường.
Nàng rằng: «Vâng biết lòng chàng,
«Lời lời châu ngọc, hàng hàng gấm thêu.

«Hay hèn lẽ cũng nói điều,
«Nỗi quê nghĩ một hai điều ngang-ngang.
«Lòng còn gởi áng mây vàng,
«Họa vần, xin hãy chịu chàng hôm nay».
Rằng: «Sao nói lạ-lùng thay!
«Cành kia chẳng phải cỗi này mà ra?»
Nàng càng ủ-dột thu ba,
Đoạn-trường lúc ấy dở mà buồn-tênh:
«Thiếp như hoa đã lìa cành,
«Chàng như con bướm lượn vành mà chơi.
«Chúa xuân đành đã có nơi,
«Ngắn ngày, thôi chớ dài lời làm chi!»
Sinh rằng: «Từ thuở tương tri,
«Tấm riêng, riêng những nặng vì nước non;
«Trăm năm, tính cuộc vuông tròn,
«Phải dò cho đến ngọn nguồn, lạch sông».
Nàng rằng: «Muôn đội ơn lòng,
«Chút e bên thú, bên tòng dễ đâu.
«Bình-khang nấn-ná bấy lâu,
«Yêu hoa, yêu được một màu điểm-trang.

MAI
THU
1951

«Rồi ra lở phấn, phai hương,
«Lòng kia giữ được thường-thường mãi chăng?
«Vả trong thềm quế, cung trăng,
«Chủ-trương đành đã chị Hằng ở trong.
«Bấy lâu khăng-khít giải đồng,
«Thêm người, người cũng chia lòng riêng tây.
«Vẻ chi chút phận bèo mây,
«Làm cho bể ái, khi đầy khi vơi.
«Trăm điều ngang ngửa vì tôi,
«Thân sau ai chịu tội trời ấy cho?
«Như chàng có vững tay co,
«Mười phần cũng đắp-điếm cho một vài.
«Thế trong dù lớn hơn ngoài,
«Trước hàm sư-tử gởi người đằng-la.
«Cúi đầu luồn xuống mái nhà,
«Giấm chua lại tội bằng ba lửa nồng.
«Ở trên còn có nhà thông,
«Lòng trên trông xuống, biết lòng có thương?
«Sá chi liễu ngõ, hoa tường,
«Lầu-xanh, lại bỏ ra phường lầu-xanh!

«Sợi căng dơ-dáng dại-hình,
«Đành thân phận thiếp, nghĩ danh giá chàng.
«Thương sao cho vẹn thì thương,
«Tính sao cho trọn mọi đường thì vâng».
Sinh rằng: « Hay nói đề chừng,
«Lòng đây, lòng đấy, chưa từng hay sao?
«Đường xa chớ ngại Ngô Lào,
«Trăm điều hãy cứ trông vào một ta.
«Đã gần chi có đường xa,
«Đá-vàng cũng quyết, phong-ba cũng liều».
Cùng nhau căn-vặn đến điều,
Chỉ non thề bể nặng gieo đến lời.
Nỉ-non đêm ngắn tình dài,
Ngoài hiên thỏ đã non đoài ngậm gương.
Mượn điều trúc-viện thừa lương,
Rước về hãy tạm giấu nàng một nơi.
Chiến hoà sắp sẵn hai bài,
Cậy người thầy-thợ, mượn người dò-la.
Bắn tin đến mặt Tú-bà,
Thua cơ, mụ cũng cầu hoà, dám sao.

Rõ-ràng của dẫn, tay trao,
Hoàn-lương một thiếp, thân vào cửa công.
Công tư đôi lẽ đều xong,
Gót tiên phút đã thoát vòng trần ai.
Một nhà sum-hợp trúc mai,
Càng sâu nghĩa bể, càng dài tình sông.
Hương càng đượm, lửa càng nồng,
Càng xôi vẻ ngọc, càng lồng màu sen.
Nửa năm hơi tiếng vừa quen,
Sân ngô cành biếc đã chen lá vàng
Giậu thu vừa nảy giò sương,
Gối yên đã thấy xuân-đường đến nơi.
Phong-lôi nổi trận bời-bời,
Nặng lòng e-ấp, tính bài phân-chia.
Quyết ngay biện-bạch một bề,
Dạy cho má phấn lại về lầu-xanh!
Thấy lời nghiêm-huấn rành-rành,
Đánh liều sinh mới lấy tình nài kêu.
Rằng: "Con biết tội đã nhiều,
"Dầu rằng sấm sét, búa rìu, cũng cam.

«Trót vì tay đã nhúng chàm,
«Dại rồi, còn biết khôn làm sao đây!
«Cũng nhau vả tiếng một ngày,
«Ôm cầm, ai nỡ dứt dây cho đành.
«Lượng trên quyết chẳng thương tình,
«Bạc đen, thôi có tiếc mình làm chi!»
Thấy lời sắt đá tri-tri,
Sốt gan, ông mới cáo quì cửa công.
Đất bằng nổi sóng đùng-đùng,
Phủ-đường sai lá phiếu hồng thôi tra.
Cũng nhau theo gót sai-nha,
Song song vào trước sân hoa, lạy quì.
Trông lên mặt sắt đen sì,
Lập nghiêm trước đã, ra uy nặng lời:
«Gã kia dại nết chơi-bời,
«Mà con người thế là người đong-đưa!
«Tuồng gì hoa thải, hương thừa,
«Mượn màu son phấn đánh lừa con đen!
«Suy trong tình-trạng bên nguyên,
«Bề nào, thì cũng chưa yên bề nào.

«Phép công chiếu án luận vào,
«Có hai đường ấy, muốn sao mặc mình:
«Một là cứ phép gia hình,
«Một là lại cứ lầu-xanh phó về!»
Nàng rằng: «Đã quyết một bề,
«Nhện này vương lấy tơ kia mấy lần!
«Đục trong, thân cũng là thân,
«Yếu thơ, vâng chịu trước sân lôi-đình».
Dạy rằng: «Cứ phép gia hình!»
Ba cây chập lại một cành mẫu-đơn.
Phận đành chi dám kêu oan,
Đào hoen-quyện má, liễu tan tác mày.
Một sân lầm cát đã đầy,
Gương lờ nước thủy, mai gầy vóc sương.
Nghĩ tình chàng Thúc mà thương,
Nẻo xa trông thấy, lòng càng xót-xa.
Khóc rằng: «Oan-khốc vì ta,
«Có nghe lời trước, chớ đà lụy sau.
«Cạn lòng, chẳng biết nghĩ sâu,
«Để ai trăng tủi, hoa sầu, vì ai?»

Phủ-đường nghe thoảng vào tai,
Động lòng, lại gạn đến lời riêng-tây.
Sụt-sùi, chàng mới thưa ngay,
Đầu đuôi kể lại sự ngày cầu thân:
«Nàng đà tính hết xa gần,
«Từ xưa nàng đã biết thân có rày!
«Tại tôi hẳng lấy một tay,
«Để nàng cho đến nỗi này vì tôi!»
Nghe lời nói cũng thương lời,
Dẹp uy, mới dạy mở bài giải vi.
Rằng: «Như hẳn có thế thì,
«Trăng hoa, song cũng thị phi biết điều!»
Sinh rằng: «Chút phận bọt bèo,
«Theo đòi vả cũng ít nhiều bút-nghiên».
Cười rằng: «Đã thế thì nên!
«Mộc-già hãy thử một thiên, trình nghề».
Nàng vâng cất bút tay đề,
Tiên hoa trình trước án phê, xem tường.
Khen rằng: «Giá lạp Thịnh-Đường,
«Tài này sắc ấy nghìn vàng chưa cân!

«Thực là tài-tử giai-nhân,
«Châu Trần, còn có Châu Trần nào hơn?
«Thôi đừng rước dữ, cưu hờn,
«Sẵn chi lỡ nhịp cho đờn ngang cung.
«Đã đưa đến trước cửa công,
«Ngoài thì là lễ, song trong là tình
«Dâu con trong đạo gia-đình,
«Thôi thì dẹp nỗi bất-bình, là xong!»
Kíp truyền sắm-sửa lễ công,
Kiệu hoa cất gió, đuốc hồng điểm sao.
Bày hàng cổ xúy xôn-xao,
Song-song đưa tới trướng đào sánh đôi.
Thương vì hạnh, trọng vì tài,
Thúc-ông thôi cũng dẹp lời phong-ba.
Huệ lan sực-nức một nhà,
Từng cay đắng, lại mặn-mà hơn xưa.

Mảng vui rượu sớm, cờ trưa,
Đào đã phai thắm, sen vừa nẩy xanh.

Trướng hồ vắng-vẻ đêm thanh,
E tình, nàng mới bài tình riêng chung:
«Phận bồ từ vẹn chữ tòng,
«Đổi thay nhạn yến đã hòng đầy niên.
«Tin nhà ngày một vắng tin,
«Mặn tình cát-lũy, lạt tình tao-khang.
«Nghĩ ra thật cũng nên dường,
«Tăm hơi, ai kẻ giữ-giàng cho ta?
«Trộm nghe kẻ lớn trong nhà,
«Ở vào khuôn-phép, nói ra mối-giường.
«E thay những dạ phi-thường,
«Dễ dò dốn bể, khôn lường đáy sông!
«Mà ta suốt một năm dòng,
«Thế nào cũng chẳng giấu xong được nào.
«Bấy-chầy chưa tỏ tiêu-hao,
«Hoặc là trong có làm sao chăng là?
«Xin chàng liệu kíp lại nhà,
«Trước người đẹp ý, sau ta biết tình.
«Đêm ngày giữ mực giấu quanh,
«Rày lần, mai lữa, như hình chưa thông!»

Nghe lời khuyên-nhủ thong-dong,
Đành lòng sinh mới quyết lòng hồi trang.
Rạng ra gởi đến xuân-đường,
Thúc-ông cũng vội giục chàng ninh-gia.
Tiễn đưa một chén quan-hà
Xuân-đình thoắt đã dạo ra cao-đình.
Sông Tần một giải xanh-xanh,
Lôi-thôi bờ liễu mấy cành Dương-quan.
Cầm tay dài ngắn thở-than,
Chia phôi ngừng chén, hợp tan nghẹn lời.
Nàng rằng : « Non nước xa khơi,
« Sao cho trong ấm, thì ngoài mới êm.
« Dễ loà yếm thắm, trôn kim,
« Làm chi bưng mắt bắt chim khó lòng!
Đôi ta chút nghĩa đèo-bòng,
« Đến nhà, trước liệu nói sòng cho minh.
« Dù khi sóng gió bất tình,
« Lớn ra uy lớn, tôi đành phận tôi.
« Hơn điều giấu ngược, giấu xuôi,
« Lại mang những việc tầy trời đến sau.

«Thương nhau xin nhớ lời nhau,
«Năm chầy cũng chẳng đi đâu mà chầy!
«Chén đưa nhớ bữa hôm nay,
«Chén mừng, xin đợi ngày này năm sau!»
Người lên ngựa, kẻ chia bào,
Rừng phong, thu đã nhuốm màu quan-san.
Dặm hồng bụi cuốn chinh-an,
Trông người đã khuất mấy ngàn dâu xanh.
Người về chiếc bóng năm canh,
Kẻ đi muôn dặm một mình xa-xôi.
Vầng trăng ai xẻ làm đôi?
Nửa in gối chiếc, nửa soi dặm-trường.

∴

Kể chi những nỗi dọc đường,
Buồng trong, này nỗi chủ-trương ở nhà:
Vốn dòng họ Hoạn danh-gia,
Con quan Lại-bộ tên là Hoạn-thư.
Duyên đằng thuận nẻo gió đưa,
Cũng chàng kết tóc, xe tơ những ngày.

Ở ăn, thì nết cũng hay,
Nói rằng ràng buộc, thì tay cũng già.
Từ nghe vườn mới thêm hoa,
Miệng người đã lắm, tin nhà thì không.
Lửa tâm càng giập, càng nồng,
Trách người đen bạc, ra lòng trăng hoa:
«Ví bằng thú thật cùng ta,
«Cũng dong kẻ dưới, mới là lượng trên.
«Dại chi chẳng giữ lấy nền,
«Tốt chi mà rước tiếng ghen vào mình?
«Lại còn bưng-bít giấu quanh,
«Làm chi những thói trẻ ranh nực cười!
«Tính rằng cách mặt, khuất lời,
«Giấu ta, ta cũng liệu bài giấu cho!
«Lo gì việc ấy mà lo,
«Kiến trong miệng chén lại bò đi đâu?
«Làm cho nhìn chẳng được nhau,
«Làm cho đày-đọa cất đầu chẳng lên!
«Làm cho trông thấy nhỡn tiền,
«Cho người thăm ván, bán thuyền, biết tay».

Nỗi lòng kín chẳng ai hay,
Ngoài tai để mặc gió bay mái ngoài.
Tuần sau bỗng thấy hai người,
Mách tin, ý cũng liệu bài tâng công.
Tiểu-thư nổi giận đùng-đùng:
«Gớm tay thêu-dệt, ra lòng trêu-ngươi!
«Chồng tao nào phải như ai,
«Điều này hẳn miệng những người thị phi!»
Vội-vàng xuống lệnh ra uy,
Đứa thì vả miệng, đứa thì bẻ răng.
Trong ngoài kín-mít như bưng,
Nào ai còn dám nói-năng một lời!
Buồng đào khuya sớm thảnh-thơi,
Ra vào một mực, nói cười như không.

°°°

Đêm ngày lòng những giận lòng,
Sinh đà về đến lầu hồng, xuống yên,
Lời tan-hợp, nỗi hàn-huyên,
Chữ tình càng mặn, chữ duyên càng nồng.

Tẩy trần vui chén thong-dong,
Nỗi lòng, ai ở trong lòng mà ra?
Chàng về xem ý tứ nhà,
Sự mình cũng rắp lân-la giãi-bày.
Mấy phen cười nói tỉnh say,
Tóc-tơ bất-động mảy may sự-tình.
Nghĩ: « Đà bưng kín miệng bình,
« Nào ai có khảo, mà mình lại xưng? »
Những là e-ấp dùng-dằng,
Rút dây, sợ nữa động rừng, lại thôi.
Có khi vui chuyện mua cười,
Tiểu-thư lại giở những lời đâu đâu.
Rằng: « Trong ngọc đá vàng thau,
« Mười phần ta đã tin nhau cả mười.
« Khen cho những miệng rông-dài,
« Bướm ong, lại đặt những lời nọ kia!
« Thiếp dù vụng, chẳng hay suy,
« Đã dơ bụng nghĩ, lại bia miệng cười! »
Thấy lời thủng-thỉnh như chơi,
Thuận lời, chàng cũng nói xuôi đỡ-đòn.

Những là cười phấn, cợt son,
Đèn khuya chung bóng, trăng tròn sánh vai.

∴

Thú quê thuần hức bén mùi,
Giếng vàng đã rụng một vài lá ngô.
Trạnh niềm nhớ cảnh giang-hồ,
Một niềm quan-tái, mấy mùa gió trăng.
Tình riêng chưa dám rỉ răng,
Tiểu-thư trước đã liệu chừng nhủ qua:
«Cách năm, mây bạc xa xa,
«Lâm-chuy cũng phải tính mà thần-hôn».
Được lời như cởi tấc son,
Vó câu thẳng ruổi, nước non quê người.
Long-lanh đáy nước in trời,
Thành xây khói biếc, non phơi bóng vàng.
Roi câu vừa gióng dặm trường,
Xe-hương, nàng cũng thuận đường qui-ninh.
Thưa nhà huyên hết mọi tình,
Nỗi chàng ở bạc, nỗi mình chịu đen.

Nghĩ rằng: « Ngứa ghẻ hờn ghen,
« Xấu chàng mà có ai khen chi mình!
« Vậy nên ngảnh mặt làm thinh,
« Mưu cao vốn đã rắp-ranh những ngày.
« Lâm-chuy đường bộ tháng chầy,
« Mà đường hải-đạo sang ngay thì gần.
« Dọn thuyền lựa mặt gia-nhân,
« Hãy đem dây xích buộc chân nàng về.
« Làm cho, cho mệt, cho mê,
« Làm cho đau-đớn, ê-chề, cho coi!
« Trước cho bõ ghét những người,
« Sau cho để một trò cười về sau!»
Phu-nhân khen chước rất mầu,
Chiều con, mới dạy mặc dầu ra tay.
Sửa-sang buồm gió, lèo mây,
Khuyển, Ưng, lại lựa một bầy côn-quang.
Dặn-dò hết các mọi đường,
Thuận phong một lá, vượt sang bến Tề.

∴

Nàng từ chiếc bóng song the,
Đường kia nỗi nọ như chia mối sầu.
Bóng dâu đã xế ngang đầu,
Biết đâu ấm lạnh, biết đâu ngọt bùi.
Tóc thề đã chấm ngang vai,
Nào lời non-nước, nào lời sắt-son?
Sắn-bìm chút phận con-con,
Khuôn duyên biết có vuông tròn cho chăng?
Thân sao nhiều nỗi bất bằng?
Liều như cung Quảng ả Hằng, nghĩ nao!
Đêm thu, gió lọt song đào,
Nửa vành trăng khuyết, ba sao giữa trời;
Nén hương đến trước Thiên-đài,
Nỗi lòng khấn chửa cạn lời vân vân...
Dưới hoa dậy lũ ác nhân,
Ầm-ầm khốc quỉ, kinh thần, mọc ra!
Đầy sân gươm tuốt sáng loà,
Thất kinh, nàng chửa biết là làm sao.
Thuốc mê đâu đã tưới vào,
Mơ-màng như giấc chiêm-bao biết gì!

Vục ngay lên ngựa tức thì,
Phòng đào, viện sách, bốn bề lửa dong;
Sẵn thây vô chủ bên sông,
Đem vào để đó, lận sòng, ai hay?
Tôi-đòi phách lạc, hồn bay,
Pha càn bụi cỏ, gốc cây, ẩn mình.
Thúc-ông nhà cũng gần quanh,
Chợt trông ngọn lửa, thất-kinh rụng-rời.
Tớ thầy chạy thẳng đến nơi,
Tơi-bời tưới lửa, tìm người lao-xao.
Gió cao, ngọn lửa càng cao,
Tôi-đòi tìm đủ, nàng nào thấy đâu!
Hớt-hơ, hớt-hải, nhìn nhau,
Giếng sâu, bụi rậm, trước sau tìm quàng;
Chạy vào chốn cũ phòng hương,
Trong tro, thấy một đống xương cháy tàn.
Ngay tình, ai biết mưu gian,
Hẳn nàng, thôi lại còn bàn rằng ai!
Thúc-ông sùi-sụt ngắn dài,
Nghĩ con vắng-vẻ, thương người nết-na.

Di-hài nhặt sắp về nhà,
Nào là khâm-liệm, nào là tang-trai.
Lễ thường đã đủ một hai,
Lục-trình chàng cũng đến nơi bấy giờ.
Bước vào chốn cũ lầu thư,
Tro than một đống, nắng mưa bốn tường.
Sang nhà cha, tới trung-đường,
Linh-sàng, bài-vị, thờ nàng ở trên.
Hỡi ôi! nói hết sự duyên,
Tơ tình đứt ruột, lửa phiền cháy gan!
Gieo mình, vật-vã, khóc than:
«Con người thế ấy, thác oan thế này!
«Chắc rằng mai trúc lại vầy,
«Ai hay vĩnh-quyết là ngày đưa nhau!
«Thương càng nghĩ, nghĩ càng đau,
«Dễ ai rấp thảm, quạt sầu cho khuây!

∴

Gần miền nghe có một thầy,
Phi phù trí quỉ, cao tay thông huyền.

Trên tam đảo, dưới cửu tuyền,
Tìm đâu thì cũng biết tin rõ-ràng.
Sắm-sanh lễ vật rước sang,
Xin tìm cho thấy mặt nàng, hỏi-han.
Đạo-nhân phục trước tĩnh-đàn,
Xuất thần giây phút chưa tàn nén hương.
Trở về minh-bạch nói tường:
«Mặt nàng chẳng thấy, việc nàng đã tra:
«Người này nặng kiếp oan gia,
«Còn nhiều nợ lắm, sao đà thác cho!
«Mệnh-cung đang mắc nạn to,
«Một năm nữa, mới thăm dò được tin.
«Hai bên giáp mặt chiền-chiền,
«Muốn nhìn, mà chẳng dám nhìn, lạ thay!»
Nghe lời nói, lạ dường này!
Sự nàng đã thế, lời thầy dám tin!
Chẳng qua đồng-cốt quàng xiên,
Người đâu mà lại thấy trên cõi trần?
Tiếc hoa, những ngậm-ngùi xuân,
Thân mà dễ lại mấy lần gặp tiên!

VII

Nước trôi hoa rụng đã yên,
Hay đâu địa-ngục ở miền nhân-gian!
Khuyển, Ưng đã đắt mưu gian,
Vực nàng đưa xuống để an dưới thuyền.
Buồm cao, lèo thẳng cánh suyền,
Đè chừng huyện Tích, băng miền vượt sang.
Dỡ đò, lên trước sảnh-đường,
Khuyển, Ưng, hai đứa nộp nàng dâng công.
Vực nàng tạm xuống môn-phòng,
Hãy còn thiêm-thiếp giấc nồng, chưa phai.
Hoàng-lương chợt tỉnh hồn mai,
Cửa nhà đâu mất, lâu-đài nào đây?
Bàng-hoàng giở tỉnh, giở say,
Sảnh-đường mảng tiếng, đòi ngay lên hầu.
Ả-hoàn liền xuống giục mau,
Hãi-hùng nàng mới theo sau một người.
Ngước trông toà rộng, dãy dài,
« Thiên-quan-chủng-tể », có bài treo trên.

Ban ngày, sáp thắp hai bên,
Giữa giường thất-bảo, ngồi trên một bà.
Gạn-gùng ngọn hỏi, ngành tra,
Sự mình, nàng đã cứ mà gởi thưa.
Bất tình nổi trận mây mưa,
Dức rằng: «Những giống bơ-thờ quen thân.
«Con này chẳng phải thiện nhân,
«Chẳng màu trốn chúa, thì quân lộn chồng.
«Ra tuồng mèo mả, gà đồng,
«Ra tuồng lúng-túng, chẳng xong bề nào.
«Đã đem mình bán cửa tao,
«Lại còn khủng-khỉnh làm cao thế này!
«Nào là gia-pháp nọ bay!
«Hãy cho ba chục, biết tay một lần!»
Ả-hoàn trên dưới dạ rân,
Dẫu rằng trăm miệng, khôn phân lẽ nào!
Trúc-côn, ra sức đập vào,
Thịt nào chẳng nát, gan nào chẳng kinh!
Xót thay đào lý một cành,
Một phen mưa gió, tan tành một phen!

Hoa-nô, truyền dạy đổi tên,
Buông the, dạy ép vào phiên thị-tì.
Ra vào theo lũ thanh-y,
Dãi-dầu tóc rối, da chì quản bao!
Quản-gia có một mụ nào,
Thấy người, thấy nết, ra vào mà thương.
Khi chè chén, khi thuốc thang,
Đem lời phương-tiện mở đường hiếu sinh.
Dạy rằng: May rủi đã đành,
«Liễu bồ mình giữ lấy mình cho hay.
«Cũng là oan-nghiệp chi đây,
«Sa cơ, mới đến thế này, chẳng dưng.
«Ở đây tai vách, mạch dừng,
«Thấy ai người cũ cũng đừng nhìn chi.
«Kẻo khi sấm-sét bất kỳ,
«Con ong, cái kiến, kêu gì được oan!»
Nàng càng giọt ngọc như chan,
Nỗi lòng, luống những bàn-hoàn niềm tây.
«Phong-trần, kiếp đã chịu đày,
«Lầm than, lại có thứ này bằng hai!

«Phận sao bạc chẳng vừa thôi ?
«Khăng-khăng, buộc mãi lấy người hồng-nhan!
«Đã đành túc-trái tiền-oan,
«Cũng liều ngọc nát, hoa tàn, mà chi !»

∴

Những là nương-náu qua thì,
Tiểu-thư phải buổi mới về ninh-gia.
Mẹ con trò-chuyện lân-la,
Phu-nhân mới gọi nàng ra dạy lời :
«Tiểu-thư, dưới trướng thiếu người,
«Cho về bên ấy, theo đòi lầu-trang».
Lĩnh lời, nàng mới theo sang,
Biết đâu địa-ngục, thiên-đường là đâu !
Sớm khuya khăn mặt, lược đầu,
Phận con hầu, giữ con hầu, dám sai !
Phải đêm êm-ả chiều trời,
Trúc tơ, hỏi đến nghề chơi mọi ngày.
Lĩnh lời, nàng mới lựa dây,
Nỉ-non, thánh-thót, dễ say lòng người !

Tiểu-thư xem cũng thương tài,
Khuôn uy dường cũng bớt vài bốn phân.
Của người, đày-đọa chút thân,
Sớm năn-nỉ bóng, đêm ngơ-ngẩn lòng.
Lâm-chuy chút nghĩa đèo-bòng,
Nước non để chữ tương-phùng kiếp sau!
Bốn phương mây trắng một màu,
Trông vời cố-quốc, biết đâu là nhà?

∴

Lần-lần, tháng trọn ngày qua,
Nỗi gần, nào biết đường xa thế này?
Lâm-chuy từ thủa uyên bay,
Buồng không, thương kẻ tháng ngày chiếc thân.
Mày xanh, trăng mới in ngần,
Phấn thừa, hương cũ, bội phần xót-xa.
Sen tàn, cúc lại nở hoa,
Sầu dài, ngày ngắn, đông đà sang xuân.
Tìm đâu cho thấy cố-nhân?
Lấy câu vận-mệnh, khuây dần nhớ-thương.

Trạnh niềm, nhớ cảnh gia-hương,
Nhớ quê, chàng lại tìm đường thăm quê.
Tiểu-thư đón cửa dã-dề,
Hàn-huyên vừa cạn mọi bề gần xa.
Nhà hương cao cuốn bức là,
Buồng trong, truyền gọi nàng ra lạy mừng.
Bước ra một bước, một dừng,
Trông xa, nàng đã tỏ chừng nẻo xa:
«Phải rằng nắng quáng, đèn loà,
«Rõ-ràng ngồi đó, chẳng là Thúc-sinh?
«Bấy giờ, tình mới tỏ tình,
«Thôi-thôi đã mắc vào vành chẳng sai!
«Chước đâu, có chước lạ đời!
«Người đâu, mà lại có người tinh-ma!
«Rõ-ràng thật lứa đôi ta,
«Làm ra con ở, chúa nhà, đôi nơi!
«Bề ngoài thơn-thớt nói cười,
«Mà trong nham hiểm, giết người không dao.
«Bây giờ đất thấp, trời cao,
«Ăn làm sao, nói làm sao, bây giờ?»

Càng trông mặt, càng ngẩn-ngơ,
Ruột tằm đòi đoạn như tơ rối bời.
Sợ uy, dám chẳng vâng lời,
Cúi đầu nép xuống sân mai một chiều.
Sinh đà phách lạc hồn xiêu:
«Thương ôi! chẳng phải nàng Kiều ở đây!
«Nhân làm sao đến thế này?
«Thôi-thôi, ta đã mắc tay ai rồi!»
Sợ quen, dám hở ra lời,
Khôn ngăn giọt ngọc, sụt-sùi dỏ sa.
Tiểu-thư trông mặt hỏi tra:
«Mới về, có việc chi mà động dong?»
Sinh rằng: «Hiếu phục vừa xong,
«Suy lòng trắc-dĩ, đau lòng chung-thiên!»
Khen rằng: «Hiếu tử đã nên!
«Tẩy trần, mượn chén giải phiền đêm thu».
Vợ chồng chén tạc chén thù,
Bắt nàng đứng chực trì-hồ hai nơi.
Bắt khoan, bắt nhặt, đến lời,
Bắt quì tận mặt, bắt mời tận tay.

Sinh càng như dại, như ngây,
Giọt dài, giọt ngắn, chén đầy, chén vơi.
Ngảnh đi, chợt nói, chợt cười,
Cáo say, chàng đã giạm bày lảng ra.
Tiểu-thư vội thét: « Con Hoa!
Khuyên chàng chẳng cạn, thì ta có đòn! »
Sinh càng nát ruột, tan hồn,
Chén mời, phải ngậm bồ-hòn, ráo ngay!
Tiểu-thư cười nói tỉnh say,
Chửa xong cuộc rượu, lại bày trò chơi.
Rằng: « Hoa-nô đủ mọi tài,
« Bản đàn thử giạo một bài chàng nghe! »
Nàng đà tán-hoán, tê-mê,
Vâng lời, ra trước bình the, vặn đàn:
Bốn dây như khóc, như than,
Khiến người trên tiệc cũng tan-nát lòng!
Cũng trong một tiếng tơ đồng,
Người ngoài cười nụ, người trong khóc thầm!
Giọt châu lã-chã khôn cầm,
Cúi đầu, chàng cũng gạt thầm giọt sương.

Tiểu-thư lại thét lấy nàng :
« Cuộc vui, gảy khúc đoạn-trường ấy chi !
« Sao chẳng biết ý-tứ gì ?
« Cho chàng buồn-bã, tội thì tại ngươi ! »
Sinh càng thảm-thiết bồi-hồi,
Vội-vàng gượng nói, gượng cười, cho qua.
Giọt rồng canh đã điểm ba,
Tiểu-thư nhìn mặt, dường đà cam tâm.
Lòng riêng tấp-tểnh mầng thầm :
« Vui này đã bỏ đau ngầm xưa nay ! »
Sinh thì gan héo, ruột đầy,
Nỗi lòng, càng nghĩ càng cay đắng lòng.
Người vào chung gối loan-phòng,
Nàng ra tựa bóng đèn chong canh dài.
Bây giờ mới rõ tăm-hơi,
Máu ghen, đâu có lạ đời nhà ghen !
Chước đâu rẽ thúy, chia uyên !
Ai ra đường nấy, ai nhìn được ai ».
Bây giờ một vực, một trời,
Hết điều khinh-trọng, hết lời thị-phi !

Nhẹ như bấc, nặng như chì,
Gỡ cho ra nữa, còn gì là duyên!
Lỡ-làng chút phận thuyền-quyên,
Bể sâu, sóng cả, có tuyền được vay.
Một mình âm-ỉ đêm chầy,
Đĩa dầu vơi, nước mắt đầy, năm canh.

∴

Sớm khuya hầu hạ đài-doanh,
Tiểu-thư chạm mặt, đề tình hỏi tra.
Lựa lời, nàng mới thưa qua:
« Phải khi mình lại xót-xa nỗi mình ».
Tiểu-thư hỏi lại Thúc-sinh:
« Cậy chàng tra lấy thực tình cho nao! »
Sinh đà rát ruột như bào,
Nói ra chẳng tiện, trông vào chẳng đang!
Những e lại lụy đến nàng,
Đánh liều mới sẽ lựa đường hỏi tra.
Cúi đầu quì trước sân hoa,
Thân-cung nàng mới dâng qua một tờ.

Diện-tiền trình với Tiểu-thư,
Thoắt xem dường có ngẩn-ngơ chút tình.
Liền tay trao lại Thúc-sinh,
Rằng: « Tài nên trọng, mà tình nên thương!
« Ví chăng có số giàu sang,
« Giá này dẫu đúc nhà vàng cũng nên!
« Bể trần, chìm nổi thuyền-quyên,
« Hữu tài, thương nỗi vô duyên, lạ đời! »
Sinh rằng: « Thật có như lời,
« Hồng-nhan bạc-mệnh, một người nào vay!
« Nghìn xưa âu cũng thế này,
« Từ-bi âu liệu bớt tay mới vừa.
Tiểu-thư rằng: « Ý trong tờ,
« Rắp đem mệnh bạc, xin nhờ cửa Không.
« Thôi thì thôi, cũng chiều lòng,
« Cũng cho nghỉ nghị trong vòng bước ra.
« Sẵn Quan-âm-các vườn ta,
« Có cây trăm thước, có hoa bốn mùa.
« Có cổ-thụ, có sơn hồ,
« Cho nàng ra đó, giữ chùa tụng kinh.

Tăng-tâng, trời mới bình-minh,
Hương-hoa, ngũ cúng, sắm-sanh lễ thường.
Đưa nàng đến trước Phật-đường,
Tam qui, ngũ giới, cho nàng xuất gia.
Áo xanh đổi lấy cà-sa,
Pháp danh lại đổi tên ra Trạc-tuyền.
Sớm khuya tính đủ dầu đèn,
Xuân, Thu, cắt sẵn hai tên hương trà.
Nàng từ lánh gót vườn hoa,
Dường gần rừng tía, dường xa bụi hồng.
Nhân-duyên đâu lại còn mong?
Khỏi điều thẹn phấn, tủi hồng thì thôi.
Phật tiền thảm lấp sầu vùi,
Ngày pho thủ-tự, đêm nhồi tâm-hương.
Cho hay giọt nước cành dương,
Lửa lòng tưới tắt mọi đường trần duyên.
Nâu sồng từ trở màu thuyền,
Sân thu trăng đã vài phen đứng đầu.
Quan-phòng, then nhặt, lưới mau,
Nói lời trước mặt, rơi châu vắng người.

Gác kinh, viện sách, đôi nơi,
Trong gang-tấc, lại gấp mười quan-san.

∴

Những là ngậm thở, nuốt than,
Tiểu-thư phải buổi vấn-an về nhà.
Thừa cơ, sinh mới lẻn ra,
Xăm-xăm đến mé vườn hoa với nàng.
Sụt-sùi, dở nỗi đoạn-tràng,
Giọt châu tầm-tã, đẫm tràng áo xanh:
«Đã cam chịu bạc với tình,
«Chúa-xuân để tội một mình cho hoa!
«Thấp cơ thua trí đàn-bà,
«Trông vào đau ruột, nói ra ngại lời.
«Vì ta cho lụy đến người,
«Cát lầm ngọc trắng, thiệt đời xuân-xanh!
«Quản chi lên thác, xuống ghềnh,
«Cũng toan sống thác với tình cho xong.
«Tông-đường, chút chửa cam lòng,
«Nghiến răng bẻ một chữ đồng làm hai.

«Thẹn mình đá nát, vàng phai,
«Trăm thân, dễ chuộc một lời được sao?»
«Nàng rằng: «Chiếc bách sóng đào,
«Nổi chìm, cũng mặc lúc nào rủi may!
«Chút thân quằn-quại vũng lầy,
«Sống thừa, còn tưởng đến rày nữa sao?
«Cũng liều một giọt mưa đào,
«Mà cho thiên-hạ trông vào cũng hay!
«Xót vì cầm đã bén dây,
«Chẳng trăm năm, cũng một ngày duyên ta.
«Liệu bài mở cửa cho ra,
«Ấy là tình nặng, ấy là ân sâu!
«Sinh rằng: «Riêng tưởng bấy lâu,
«Lòng người nham-hiểm biết đâu mà lường.
«Nữa khi giông-tố phũ-phàng,
«Thiệt riêng đấy, cũng lại càng cực đây.
«Liệu mà xa chạy cao bay,
«Ái-ân ta có ngần này mà thôi!
«Bây giờ kẻ ngược, người xuôi,
«Biết bao giờ lại nối lời nước non?

« Dẫu rằng sông cạn đá mòn,
« Con tằm đến thác, cũng còn vương tơ! »
Cùng nhau kể-lể sau xưa,
Nói rồi lại nói, lời chưa hết lời.
Mặt trông tay chẳng nỡ rời,
Hoa-tì đã động tiếng người nẻo xa.
Nhận ngừng, nuốt tủi, đứng ra,
Tiểu-thư đâu đã rẽ hoa bước vào.
Cười cười, nói nói ngọt-ngào,
Hỏi chàng mới ở chốn nào lại chơi?
Dối quanh, sinh mới liệu lời:
« Tìm hoa quá bước, xem người viết kinh ».
Khen rằng: « Bút-pháp đã tinh,
« So vào với thiếp Lan-đình, nào thua!
« Tiếc thay lưu-lạc giang-hồ,
« Nghìn vàng, thật cũng nên mua lấy tài! »
Thuyền trà cạn nước hồng-mai,
Thong-dong nối gót thư trai cùng về.

VIII

Nàng càng e-lệ ủ-ê,
Rỉ tai, hỏi lại hoa-tì trước sau.
Hoa rằng: « Bà đến đã lâu,
« Dón chưn đứng núp độ đâu nửa giờ.
« Rành-rành kẽ tóc chưn tơ,
« Mấy lời nghe hết, đã dư tỏ-tường.
« Bao nhiêu đoạn khổ, tình thương:
« Nỗi ông vật-vã, nỗi nàng thở-than,
« Dặn tôi đứng lại một bên,
« Chán tai rồi mới bước lên trên lầu ».
Nghe thôi kinh-hãi xiết đâu:
« Đàn-bà thế ấy, thấy âu một người!
« Ấy mới gan, ấy mới tài,
« Nghĩ càng thêm nỗi sởn gai rụng-rời!
« Người đâu sâu-sắc nước đời,
« Mà chàng Thúc phải ra người bó tay!
« Thực tang, bắt được dường này,
« Máu ghen, ai cũng chau mày nghiến răng.

«Thế mà im chẳng đãi-đằng,
«Chào mời vui-vẻ, nói-năng dịu-dàng!
«Giận dầu ra dạ thế thường,
«Cười dầu mới thực khôn lường hiểm sâu.
«Thân ta, ta phải lo âu,
«Miệng hùm, nọc rắn, ở đâu chốn này!
«Ví chẳng chắp cánh cao bay,
«Trèo cây lâu cũng có ngày bẻ hoa!
«Phận bèo, bao quản nước sa,
«Lênh-đênh đâu nữa, cũng là lênh-đênh.
«Chỉn e quê khách một mình,
«Tay không chưa dễ tìm vành ấm no!»
Nghĩ đi, nghĩ lại, quanh-co,
Phật tiền, sẵn có mọi đồ kim ngân.
Bên mình giắt để hộ thân,
Lần nghe canh đã một phần trống ba.
Cất mình qua ngọn tường hoa,
Lần đường theo bóng trăng tà về tây.
Mịt-mù dặm cát, đồi cây,
Tiếng gà điếm nguyệt, dấu giày cầu sương.

Canh khuya, thân gái dặm trường,
Phần e đường sá, phần thương dãi-dầu!
Trời đông vừa rạng ngàn dâu,
Bơ-vơ nào đã biết đâu là nhà!
Chùa đâu trông thấy nẻo xa,
Rành-rành «Chiêu-ẩn-am» ba chữ bài.
Xăm-xăm gõ mái cửa ngoài,
Trụ-trì nghe tiếng rước mời vào trong.
Thấy màu ăn-mặc nâu-sồng,
Giác-duyên sư-trưởng lành lòng liền thương.
Gạn-gùng ngành-ngọn cho tường.
Lạ-lùng, nàng hãy tìm đường nói quanh:
«Tiểu-thiền quê ở Bắc-kinh,
«Qui sư, qui Phật, tu-hành bấy lâu.
«Bản-sư rồi cũng đến sau,
«Dạy đưa pháp-bảo sang hầu sư huynh».
Rày vâng diện hiến rành-rành,
Chuông vàng, khánh bạc, bên mình giở ra.
Xem qua sư mới dạy qua:
«Phải nơi Hằng-thủy là ta hậu tình.

« Chỉn e đường-sá một mình,
« Ở đây chờ đợi sư-huynh ít ngày ».
Gửi thân, được chốn am mây,
Muối dưa đắp-đổi tháng ngày thong-dong.
Kệ kinh câu cũ thuộc lòng,
Hương đèn việc cũ, trai phòng quen tay.
Sớm khuya lá bối, phướn mây,
Ngọn đèn khêu nguyệt, tiếng chày nện sương.
Thấy nàng thông tuệ khác thường,
Sư càng nể mặt, nàng càng vững chân.

∴

Cửa thuyền vừa cữ cuối xuân,
Bóng hoa đầy đất, vẻ ngân ngang trời.
Gió quang, mây tạnh, thảnh-thơi,
Có người đàn-việt lên chơi cửa Già.
Giở đồ chuông khánh xem qua,
Khen rằng: « Khéo giống của nhà Hoạn-nương ! »
Giác-duyên thực ý lo-lường,
Đêm thanh, mới hỏi lại nàng trước sau.

Nghĩ rằng khôn nỗi giấu mầu,
Sự mình nàng mới gót đầu bày ngay:
« Bây giờ, sự đã dường này,
Phận hèn dù rủi, dù may, tại người ».
Giác-duyên nghe nói rụng-rời,
Nửa thương, nửa sợ, bồi-hồi chẳng xong.
Rỉ tay mới kể sự lòng:
« Ở đây cửa Phật, là không hẹp gì;
« E chăng những sự bất kỳ,
« Để nàng cho đến thế thì cũng thương!
« Lánh xa, trước liệu tìm đường,
« Ngồi chờ nước đến, nên dường còn quê! »
Có nhà họ Bạc bên kia,
Am mây quen lối đi về dầu hương.
Nhắn sang, dặn hết mọi đường,
Dọn nhà hãy tạm cho nàng trú chân.
Những mừng được chốn an thân,
Vội-vàng, nào kịp tính gần, tính xa.
Nào ngờ cũng tổ bợm già,
Bạc-bà học với Tú-bà đồng môn!

Thấy nàng mặn phấn, tươi son,
Mảng thầm được buổi bán-buôn có lời.
Hư-không đặt để nên lời,
Nàng đà lớn sợ rụng-rời lắm phen.
Mụ càng xua đuổi cho liền,
Lấy lời hung-hiểm, ép duyên Châu Trần.
Rằng: « Nàng muôn dặm một thân,
« Lại mang lấy tiếng dữ gần, lành xa.
« Khéo oan-gia, của phá-gia,
« Còn ai dám chứa vào nhà nữa đây!
« Kíp toan kiếm chốn xe dây,
« Không-dưng chưa dễ mà bay đường trời!
« Nơi gần, thì chẳng tiện nơi,
« Nơi xa, thì chẳng có người nào xa.
« Này chàng Bạc-Hạnh cháu nhà,
« Cũng trong thân-thích ruột-rà, chẳng ai.
« Của nhà buôn-bán châu Thai,
« Thực-thà có một, đơn-sai chẳng hề.
« Thế nào nàng cũng phải nghe,
« Thành thân rồi sẽ liệu về châu Thai.

Sekiguchi
Oct. 1951

«Bấy giờ ai lại biết ai,
«Dầu lòng bể rộng, sông dài, thênh-thênh.
«Nàng dù quyết chẳng thuận tình,
«Trái lời nẻo trước, lụy mình đến sau».
Nàng càng mặt ủ, mày chau,
Càng nghe mụ nói, càng đau như dần.
Nghĩ mình túng đất, sẩy chân,
Thế cùng, nàng mới xa gần thở-than:
«Thiếp như con én lạc đàn,
«Phải cung, rày đã sợ làn cây cong:
«Cùng đường dù tính chữ tòng,
«Biết người, biết mặt, biết lòng làm sao?
«Nữa khi muôn một thế nào,
«Bán hùm, buôn sói, chắc vào lưng đâu?
«Dù ai lòng có sở-cầu,
«Tâm minh, xin quyết với nhau một lời.
«Chứng-minh có Đất, có Trời,
«Bấy giờ vượt bể, ra khơi quản gì?»
Được lời mụ mới ra đi,
Mách tin họ Bạc tức thì sắm-sanh.

Một nhà dọn-dẹp linh-đình,
Quét sân, đặt trác, rửa bình, thắp hương.
Bạc-sinh quì xuống vội-vàng,
Quá lời nguyện hết Thành-hoàng, Thổ-công.
Trước sân, lòng đã giãi lòng,
Trong màn làm lễ tơ-hồng kết duyên.
Thành thân, mới rước xuống thuyền,
Thuận buồm một lá, xuôi miền Châu Thai.
Thuyền vừa đỗ bến thảnh-thơi,
Bạc-sinh lên trước tìm nơi mọi ngày.
Cũng nhà hành-viện xưa nay,
Cũng phường bán thịt, cũng tay buôn người.
Xem người, định giá, vừa rồi,
Mối hàng một, đã ra mười, thì buông.
Mượn người, thuê kiệu, rước nường,
Bạc đem mặt bạc, kiếm đường cho xa!
Kiệu hoa đặt trước thềm hoa,
Bên trong thấy một mụ ra vội-vàng.
Đưa nàng vào lạy gia-đường,
Cũng thần mày-trắng, cũng phường lầu-xanh!

Thoắt trông nàng đã biết tình,
Chim lồng khôn lẽ cất mình bay cao.
Chém cha cái số hoa-đào,
Gỡ ra rồi lại buộc vào như chơi!
Nghĩ đời mà ngán cho đời!
Tài tình chi lắm, cho trời đất ghen!
Tiếc thay nước đã đánh phèn,
Mà cho bùn lại vẩn lên mấy lần!
Hồng-quân với khách hồng-quần,
Đã xoay đến thế, còn vần chửa tha.
Lỡ từ lạc bước, bước ra,
Cái thân liệu những từ nhà liệu đi.
Đầu xanh đã tội tình gì?
Má hồng đến quá nửa thì, chưa thôi.
Biết thân chạy chẳng khỏi trời,
Cũng liều mặt phấn, cho rồi ngày xanh.

IX

Lần thâu gió mát, trăng thanh,
Bỗng đâu có khách biên-đình sang chơi.

Râu hùm, hàm én, mày ngài,
Vai năm tấc rộng, thân mười thước cao:
Đường-đường một đấng anh-hào,
Côn quyền hơn sức, lược thao gồm tài.
Đội trời, đạp đất, ở đời,
Họ Từ, tên Hải, vốn người Việt-đông.
Giang-hồ, quen thú vẫy-vùng,
Gươm đàn nửa gánh, non sông một chèo.
Qua chơi thấy tiếng nàng Kiều,
Tấm lòng nhi-nữ, cũng xiêu anh-hùng.
Thiếp-danh đưa đến lầu-hồng,
Hai bên cùng liếc, hai lòng cùng ưa.
Từ rằng: « Tâm-phúc tương cờ,
« Phải người trăng-gió, vật-vờ hay sao?
« Bấy lâu nghe tiếng má đào,
« Mắt xanh chẳng để ai vào, có không?
« Một đời được mấy anh-hùng,
« Bỏ chi cá chậu, chim lồng, mà chơi! »
Nàng rằng: « Người dạy quá lời,
« Thân này còn dám xem ai là thường!

«Chút riêng chọn đá thử vàng,
«Biết đâu mà gởi can-tràng vào đâu?
«Còn như vào trước, ra sau,
«Ai cho kén chọn vàng thau tại mình?»
Từ rằng: «Lời nói hữu-tình,
«Khiến người lại nhớ câu Bình-nguyên-quân.
«Lại đây xem lại cho gần,
«Phỏng tin được một vài phần, hay không?»
Thưa rằng: «Lượng cả bao-dong,
«Tấn-dương được thấy mây rồng có phen.
«Rộng thương cỏ nội, hoa hèn,
«Chút thân bèo bọt, dám phiền mai sau».
Nghe lời vừa ý, gật đầu,
Cười rằng: «Tri-kỷ trước sau mấy người?
«Khen cho con mắt tinh đời,
«Anh-hùng, đoán giữa trần-ai mới già!»
«Một lời đã biết đến ta,
«Muôn chung, nghìn tứ, cũng là có nhau!»
Hai bên ý hợp, tâm đầu,
Khi thân, chẳng lọ là cầu mới thân!

Ngỏ lời nói với băng-nhân,
Tiền trăm lại cứ nguyên ngân phát hoàn.
Buồng riêng, sửa chốn thanh-nhàn,
Đặt giường thất-bảo, vây màn bát-tiên.
Trai anh-hùng, gái thuyền-quyên,
Phỉ-nguyền sánh phượng, đẹp duyên cưỡi rồng.

∴

Nửa năm hương-lửa đương nồng,
Trượng-phu thoắt đã động lòng bốn phương.
Trông vời trời bể mênh-mang,
Thanh gươm yên ngựa, lên đàng thẳng rong.
Nàng rằng: « Phận gái chữ tòng,
"Chàng đi, thiếp cũng một lòng xin đi ».
Từ rằng: « Tâm phúc tương-tri,
"Sao chưa thoát khỏi nữ-nhi thường tình?
«Bao giờ mười vạn tinh-binh,
«Tiếng chiêng dậy đất, bóng tinh rợp đường;
«Làm cho rõ mặt phi-thường,
«Bấy giờ ta sẽ rước nàng nghi-gia.

«Bằng nay bốn bể không nhà,
«Theo càng thêm bận, biết là đi đâu?
«Đành lòng chờ đón ít lâu,
«Chầy chăng là một năm sau, vội gì?»
Quyết lời dứt áo ra đi,
Gió đưa bằng tiện đã lìa dặm khơi.
Nàng thì chiếc bóng song mai,
Đêm thâu đằng-đẵng, nhặt cài then mây.
Sân rêu chẳng vẽ dấu giày,
Cỏ cao hơn thước, liễu gầy vài phân.
Đoái thương muôn dặm tử-phần,
Hồn quê theo ngọn mây Tần xa-xa.
Xót thay huyên cỗi, xuân già,
Tấm lòng thương-nhớ, biết là có nguôi?
Chốc là mười mấy năm trời,
Còn ra khi đã da mồi, tóc sương.
Tiếc thay chút nghĩa cũ-càng,
Dẫu lìa ngó ý, còn vương tơ-lòng.
Duyên em dầu nối chỉ hồng,
May ra khi đã tay bồng tay mang.

Tấc lòng cố-quốc, tha-hương,
Đường kia, nỗi nọ, ngổn-ngang bời-bời.
Cánh hồng bay bổng tuyệt vời,
Đã mòn con mắt, phương trời đăm-đăm.
Ngày đêm luống những âm-thầm,
Lửa binh đâu đã ầm-ầm một phương!
Ngất trời, sát khí mơ-màng,
Đầy sông kình-ngạc, chật đường giáp-binh.
Người quen thuộc, kẻ chung-quanh,
Nhủ nàng hãy tạm lánh mình một nơi.
Nàng rằng: «Trước đã hẹn lời,
«Dẫu trong nguy-hiểm, dám rời ước xưa!»
Còn đang dùng-dằng ngẩn-ngơ,
Mái ngoài, đã thấy bóng cờ, tiếng la.
Giáp-binh kéo đến quanh nhà,
Đồng-thanh cùng gởi: «Nào là phu-nhân?»
Hai bên mười vị tướng-quân,
Đặt gươm, cởi giáp, trước sân khấu đầu,
Cung-nga, thể-nữ, nối sau,
Rằng: «Vâng lệnh-chỉ, rước chầu vu-qui».

Sẵn-sàng phượng liễn loan-nghi,
Hoa-quan giáp-giới, hà-y rỡ-ràng.
Dựng cờ, nổi trống, lên đàng,
Trúc-tơ nổi trước, đào vàng kéo sau.
Hoả-bài tiền lộ ruổi mau,
Nam-đình, nghe động trống chầu đại doanh.
Kéo cờ lũy, phát súng thành,
Từ-công ra ngựa, thân nghênh cửa ngoài:
Rỡ mình là vẻ cân-đai,
Hãy còn hàm én, mày ngài như xưa.
Cười rằng: « Cá nước duyên ưa!
« Nhớ lời nói những bao giờ hay không?
« Anh-hùng mới biết anh-hùng,
« Rày xem phỏng đã cam lòng ấy chưa? »
Nàng rằng: « Chút phận ngây thơ,
« Cũng may dây cát được nhờ bóng cây!
« Đến bây giờ mới thấy đây,
« Mà lòng đã chắc những ngày một hai! »
Cùng nhau trông mặt cả cười,
Dan tay về chốn trướng-mai tự tình.

Tiệc bày thưởng tướng, khao binh,
Om-thòm trống trận, rập-rình nhạc quân.
Vinh-hoa bỏ lúc phong-trần,
Chữ tình, ngày lại thêm xuân một ngày.

⁂

Trong quân có lúc vui-vầy,
Thong-dong, mới kể sự ngày hàn-vi:
« Khi Vô-tích, khi Lâm-chuy,
« Nơi thì lừa-đảo, nơi thì xót-thương.
« Tấm thân rày đã nhẹ-nhàng,
« Chút còn ân-oán đôi đường chưa xong ».
Từ-công nghe nói thủy-chung,
Bất-bình nổi trận đùng-đùng sấm vang.
Nghiêm quân, tuyển tướng sẵn-sàng,
Dưới cờ một lệnh vội-vàng ruổi sao.
Ba quân chỉ ngọn cờ đào,
Đạo ra Vô-tích, đạo vào Lâm-chuy.
Mấy người phụ-bạc xưa kia,
Chiếu danh tầm-nã, bắt về hỏi tra.

Lại sai lệnh-tiễn truyền qua,
Giữ-giàng họ Thúc, một nhà cho yên.
Mụ Quản-gia, vãi Giác-duyên,
Cũng sai lệnh-tiễn đem tin rước mời.
Thệ-sư kể hết mọi lời,
Lòng lòng cũng giận, người người chấp uy.
Đạo trời, báo phục chỉn ghê,
Khéo thay một mẻ tóm về đầy nơi!
Quân-trung, gươm lớn, giáo dài,
Vệ trong thị lập, cơ ngoài song phi.
Sẵn-sàng tề-chỉnh uy-nghi,
Bác-đồng chật đất, tinh kỳ dợp sân.
Trướng-hùm mở giữa trung quân,
Từ-công sánh với phu-nhân cùng ngồi.
Tiên-nghiêm, trống chửa dứt hồi,
Điểm danh trước dẫn chực ngoài cửa viên.
Từ rằng: « Ân oán hai bên,
« Mặc nàng xử quyết, báo đền cho minh ».
Nàng rằng: « Nhờ cậy uy-linh,
« Hãy xin báo-đáp ân-tình cho phu;

«Báo ân rồi sẽ trả thù».
Tú rằng: «Việc ấy để cho mặc nàng».
Cho gươm mời đến Thúc-lang,
Mặt như chàm đổ, mình dường giẽ giun.
Nàng rằng: «Nghĩa trọng nghìn non,
«Lâm-chuy người cũ, chàng còn nhớ không?
«Sâm thương chẳng vẹn chữ tòng.
«Tại ai, há dám phụ lòng cố-nhân?
«Gấm trăm cuốn, bạc nghìn cân,
«Tạ lòng dễ xứng báo ân gọi là.
«Vợ chàng quỉ-quái, tinh-ma,
«Phen này kẻ-cắp, bà-già gặp nhau!
«Kiến bò miệng chén chưa lâu,
«Mưu sâu cũng trả nghĩa sâu cho vừa!»
Thúc-sinh trông mặt bấy giờ,
Mồ-hôi chàng đã như mưa ướt đầm.
Lòng riêng mừng sợ khôn cầm,
Sợ thay, mà lại mừng thầm cho ai!
Mụ-giã, sư-trưởng, thứ hai,
Thoắt đưa đến trước, vội mời lên trên.

Dắc tay, mở mặt, cho nhìn:
«Hoa-nô kia, với Trạc-tuyền, cũng tôi!
«Nhớ khi lỡ bước, sẩy vời,
«Non vàng chưa dễ đền bồi tấm thương.
«Nghìn vàng gọi chút lễ thường,
«Mà lòng Phiếu-mẫu, mấy vàng cho cân!»
Hai người trông mặt tần-ngần,
Nửa phần khiếp sợ, nửa phần mừng vui.
Nàng rằng: «Xin hãy rốn ngồi,
«Xem cho rõ mặt, biết tôi báo thù!»
Kíp truyền chư tướng hiến-phù
Lại đem các tích phạm-đồ hậu tra.
Dưới cờ, gươm tuốt nắp ra,
Chính danh thủ-phạm tên là Hoạn-thư.
Thoắt trông, nàng đã chào thưa:
«Tiểu-thư cũng có bây giờ đến đây!
«Đàn-bà dễ có mấy tay,
«Đời xưa mấy mặt, đời này mấy gan!
«Dễ-dàng là thói hồng-nhan,
«Càng cay-nghiệt lắm, càng oan-trái nhiều!»

Hoạn-thư hồn lạc phách xiêu,
Khấu đầu dưới trướng, dở điều kêu ca.
Rằng: "Tôi chút dạ đàn-bà,
"Ghen tuông, thì cũng người ta thường-tình!
"Nghĩ cho khi các viết kinh,
"Với khi khỏi cửa, dứt tình, chẳng theo.
"Lòng riêng, riêng cũng kính yêu,
"Chồng chung, chưa dễ ai chiều cho ai!
"Trót lòng gây việc chông-gai,
"Còn nhờ lượng bể thương bài nào chăng!"
Khen cho: "Phật đã nên rằng:
"Khôn-ngoan đến mực, nói-năng phải lời.
"Tha ra thì cũng may đời,
"Làm ra thì cũng ra người nhỏ-nhen.
"Đã lòng tri quá thời nên!"
Truyền quân-lệnh xuống, trướng-tiền tha ngay.
Tạ lòng, lạy trước sân mây,
Cửa viên lại dắt một dây dẫn vào.
Nàng rằng: "Lồng-lộng trời cao!
"Hại nhân, nhân hại sự nào tại ta?

"Trước là Bạc-Hạnh, Bạc-bà,
"Bên là Ưng, Khuyển, bên là Sở-Khanh;
"Tú-bà với Mã Giám-sinh,
"Các tên tội ấy đáng tình còn sao?"
Lệnh-quân truyền xuống nội-đao,
Thế sao, thì lại cứ sao, gia-hình.
Máu rơi, thịt nát, tan-tành,
Ai ai trông thấy hồn kinh, phách rời!
Cho hay muôn sự tại trời,
Phụ người, chẳng bõ, khi người phụ ta!
Mấy người bạc-ác, tinh-ma,
Mình làm, mình chịu, kêu mà ai thương!
Ba quân đông mặt pháp-trường,
Thanh-thiên, bạch-nhật, rõ-ràng cho coi.

∴

Việc nàng báo-phục vừa rồi,
Giác-duyên vội đã gởi lời từ qui.
Nàng rằng: "Thiên-tải nhất thì,
"Cố-nhân đã dễ mấy khi bàn-hoàn.

«Rồi đây bèo hợp, mây tan,
«Biết đâu hạc nội, mây ngàn là đâu ?»
Sư rằng: «Cũng chẳng mấy lâu,
«Trong năm năm lại gặp nhau đó mà.
«Nhớ ngày hành-cước phương xa,
«Gặp sư Tam-hợp, vốn là tiên-tri,
«Bảo cho hội hợp chi kỳ,
«Năm nay là một, nữa thì năm năm.
«Mới hay tiền-định chẳng lầm,
«Đã tin điều trước, ắt nhằm điều sau.
«Còn nhiều ân-ái với nhau,
«Cơ duyên, nào đã hết đâu vội gì ?»
Nàng rằng: «Tiền-định tiên-tri,
«Lời sư đã dạy, ắt thì chẳng sai.
«Họa bao giờ có gặp người,
«Vì tôi cậy hỏi một lời chung thân».
Giác-duyên vâng dặn ân-cần,
Tạ từ, thoắt đã dời chân cõi ngoài.
Nàng từ ân oán rạch-ròi,
Bể oan dường đã vơi-vơi cạnh lòng.

Tạ ân, lạy trước Từ-công :
« Chút thân bồ-liễu, mà mong có rày !
« Trộm nhờ sấm sét ra tay,
« Tấc riêng như cất gánh đầy đổ đi !
« Chạm xương, chép dạ, xiết chi,
« Dễ đem gan óc, đền nghì trời mây ! »
Từ rằng : « Quốc-sĩ xưa nay,
« Chọn người tri-kỷ, một ngày được chăng ?
« Anh-hùng, tiếng đã gọi rằng :
« Giữa đường dẫu thấy bất bằng mà tha !
« Huống chi việc cũng việc nhà,
« Lọ là thâm tạ, mới là tri ân !
« Xót nàng còn chút song thân,
« Bấy nay kẻ Việt, người Tần cách xa.
« Sao cho muôn dặm một nhà,
« Cho người thấy mặt, là ta cam lòng ».
Vội truyền sửa tiệc quân trung,
Muôn binh, nghìn tướng hội đồng tẩy-oan.
Thừa cơ trúc chẻ, ngói tan,
Binh-uy từ ấy sấm ran trong ngoài.

Triều-đình riêng một góc trời,
Gồm hai văn võ, rạch đôi sơn-hà.
Đòi cơn gió quét mưa sa,
Huyện thành đạp đổ năm tòa cõi nam.
Phong-trần, mài một lưỡi gươm,
Những loài giá-áo, túi-cơm, sá gì!
Nghênh-ngang, một cõi biên-thùy,
Thiếu gì cô quả, thiếu gì bá vương!
Trước cờ, ai dám tranh cường,
Năm năm hùng cứ một phương hải-tần.

⁘

Có quan Tổng-đốc trọng-thần,
Là Hồ Tôn-Hiến, kinh-luân gồm tài.
Đẩy xe vâng chỉ đặc-sai,
Tiện-nghi bát-tiễu, việc ngoài đổng-nhung.
Biết Từ là đấng anh-hùng,
Biết nàng cũng dự quân-trung luận-bàn.
Đóng quân, làm chước chiêu-an,
Ngọc, vàng, gấm, vóc, sai quan thuyết hàng.

Lại riêng một lễ với nàng,
Hai tên thể-nữ, ngọc vàng nghìn cân.
Tin vào gởi trước trung-quân,
Từ-công riêng hãy mười phân hồ-đồ.
Một tay gây-dựng cơ-đồ,
Bấy lâu bể Sở, sông Ngô, tung-hoành!
Bó thân về với triều-đình,
Hàng-thần lơ-láo, phận mình ra đâu?
Áo xiêm buộc trói lấy nhau,
Vào luồn ra cúi công hầu mà chi?
Sao bằng riêng một biên-thùy,
Sức này, đã dễ làm gì được nhau?
Chọc trời, quấy nước, mặc dầu,
Dọc ngang, nào biết trên đầu có ai?
Nàng thời thật dạ, tin người,
Lễ nhiều, nói ngọt, nghe lời dễ xiêu.
Nghĩ mình, mặt nước, cánh bèo,
Đã nhiều lưu-lạc, lại nhiều gian-truân.
Bằng nay chịu tiếng vương thần,
Thênh-thênh đường cái thanh vân hẹp gì.

Công, tư, vẹn cả hai bề,
Dần-dà rồi sẽ liệu về cố-hương.
Cũng ngồi mệnh-phụ đường-đường,
Nở-nang mày mặt, rỡ-ràng mẹ cha.
Trên vì nước, dưới vì nhà,
Một là đắc hiếu, hai là đắc trung.
Chẳng hơn chiếc bách giữa dòng,
E-dè sóng gió, hãi-hùng cỏ hoa.
Nhân khi bàn-bạc gần xa,
Thừa cơ, nàng mới bàn ra nói vào.
Rằng: «Ơn Thánh-đế dồi-dào,
«Tưới ra đã khắp, thấm vào đã sâu.
«Bình-thành công-đức bấy lâu,
«Ai ai cũng đội trên đầu biết bao.
«Ngẫm từ dấy việc binh-đao,
«Đống xương Vô-định đã cao bằng đầu,
«Làm chi để tiếng về sau,
«Nghìn năm ai có khen đâu Hoàng-Sào.
«Sao bằng lộc trọng, quyền cao,
«Công-danh ai dứt lối nào cho qua?»

Nghe lời nàng nói mặn-mà,
Thế công, Từ mới trở ra thế hàng.
Chỉnh nghi tiếp sứ vội-vàng,
Hẹn kỳ thúc giáp, quyết đường giải binh.

∴

Tin lời thành hạ yêu minh,
Ngọn cờ ngơ-ngác, trống canh trễ-tràng.
Việc binh bỏ chẳng giữ-giàng,
Vương-sư dòm đã tỏ tường thực hư.
Hồ-công quyết kế thừa cơ,
Lễ tiên, binh-hậu, khắc-cờ tập-công.
Kéo cờ chiêu-phủ tiên-phong,
Lễ-nghi giàn trước, bác-đồng phục sau.
Từ-công hờ-hững biết đâu?
Đại-quan lễ phục ra đầu cửa viên.
Hồ-công ám-hiệu trận tiền,
Ba bề phát súng, bốn bên kéo cờ.
Đang khi bất ý chẳng ngờ,
Hùm thiêng khi đã sa-cơ cũng hèn!

Tử sinh, liều giữa trận tiền,
Dạn-dầy cho biết gan liền tướng-quân!
Khí thiêng khi đã về thần,
Nhơn-nhơn còn đứng chôn chân giữa vòng!
Trơ như đá, vững như đồng,
Ai lay chẳng chuyển, ai rung chẳng rời.
Quan quân truy-sát đuổi dài,
Hầm-hầm sát khí, ngất trời ai đang!
Trong hào, ngoài lũy, tan-hoang,
Loạn quân vừa dắt tay nàng đến nơi.
Trong vòng tên đá bời-bời,
Thấy Từ còn đứng giữa trời trơ-trơ.
Khóc rằng: « Trí-dũng có thừa,
« Bởi nghe lời thiếp, đến cơ-hội này!
« Mặt nào trông thấy nhau đây?
« Thà liều sống chết một ngày với nhau! »
Dòng thu như xối cơn sầu,
Dứt lời, nàng cũng gieo đầu một bên.
Lạ thay oan-khí tương-triền!
Nàng vừa phục xuống, Từ liền ngã ra!

Quan quân, kẻ lại người qua,
Xót nàng, sẽ lại vực ra dần-dần.
Đem vào đến trước trung-quân,
Hồ-công thấy mặt, ân-cần hỏi-han.
Rằng: « Nàng chút phận hồng-nhan,
« Gặp cơn binh-cách, nhiều nàn cũng thương!
« Đã hay thành toán miếu-đường,
« Chấp công cũng có lời nàng mới nên.
« Bây giờ sự đã vẹn tuyền,
« Mặc lòng nghĩ lấy, muốn xin bề nào?»
Nàng càng giọt ngọc tuôn dào,
Ngập-ngừng mới gởi thấp cao sự lòng.
Rằng: « Từ là đấng anh-hùng,
« Dọc ngang trời rộng, vẫy-vùng bể khơi!
« Tin tôi, nên quá nghe lời,
« Đem thân bách-chiến làm tôi Triều-đình.
« Ngỡ là phu quý, phụ vinh,
« Ai ngờ một phút tan-tành thịt xương!
« Năm năm trời bể ngang tàng,
« Dẫn mình đi bỏ chiến-trường như không.

"Khéo khuyên kể lấy làm công,
"Kể bao nhiêu lại đau lòng bấy nhiêu!
"Xét mình công ít, tội nhiều,
"Sống thừa, tôi đã nên liều mình tôi!
"Xin cho thiển-thổ một đôi,
"Gọi là đắp-điếm lấy người tử-sinh!"
Hồ-công nghe nói thương tình,
Truyền cho kiểu-táng di hình bên sông.

∴

Trong quân mở tiệc hạ-công,
Xôn-xao tơ trúc, hội-đồng quân quan.
Bắt nàng thị yến dưới màn,
Giở say, lại ép vặn đàn nhặt tâu.
Một cung gió tủi, mưa sầu,
Bốn dây giỏ máu năm đầu ngón tay!
Ve ngâm, vượn hót, nào tày,
Lọt tai, Hồ cũng nhăn mày, rơi châu.
Hỏi rằng: "Này khúc ở đâu?
"Nghe ra muôn oán, nghìn sầu, lắm thay!"

Thưa rằng: « Bạc mệnh khúc này,
« Phổ vào đàn ấy, những ngày còn thơ.
« Cung cầm, lựa những ngày xưa,
« Mà gương bạc-mệnh, bây giờ là đây ».
Nghe càng đắm, đắm càng say,
Lạ cho mặt sắt cũng ngây vì tình!
Dạy rằng: « Hương-hoả ba sinh,
« Dây loan xin nối cầm lành cho ai ».
Thưa rằng: « Chút phận lạc-loài,
« Trong mình, nghĩ đã có người thác oan.
« Còn chi nữa, cánh hoa tàn,
« Tơ lòng đã dứt dây đàn Tiểu-Lân.
« Rộng thương còn mảnh hồng-quần,
« Hơi tàn được thấy gốc-phần, là may! »
Hạ-công, chén đã quá say,
Hồ-công đến lúc rạng ngày nhớ ra.
Nghĩ mình phương diện quốc-gia,
Quan trên nhắm xuống, người ta trông vào.
Phải tuồng trăng gió hay sao?
Sự này, biết tính thế nào được đây?

Công-nha vừa buổi rạng ngày,
Quyết tình, Hồ mới đoán ngay một bài.
Lệnh quan, ai dám cãi lời,
Ép tình mới gán cho người thổ-quan.
Ông tơ thực nhé đa đoan!
Xe tơ sao khéo vơ càn vơ xiên?
Kiệu hoa áp thẳng xuống thuyền,
Lá màn rủ thấp, ngọn đèn khêu cao.

∴

Nàng càng ủ liễu, phai đào,
Trăm phần, nào có phần nào phần tươi?
Đành thân cát dập, sóng vùi,
Cướp công cha mẹ, thiệt đời thông-minh!
Chân trời mặt bể, lênh-đênh,
Nắm xương biết gởi tử sinh chốn nào?
Duyên đâu, ai dứt tơ đào,
Nợ đâu, ai đã dắc vào tận tay?
Thân sao, thân đến thế này?
Còn ngày nào cũng dư ngày ấy thôi!

Đã không biết sống là vui,
Tấm thân nào biết thiệt-thòi là thương!
Một mình cay-đắng trăm đường,
Thôi thì nát ngọc, tan vàng, thì thôi!
Mảnh trăng đã gác non đoài,
Một mình luống những đứng ngồi chưa xong.
Triều đâu nổi tiếng đùng-đùng,
Hỏi ra mới biết rằng sông Tiền-đường.
Nhớ lời thần mộng rõ-ràng,
Này thôi hết kiếp đoạn-tràng là đây!
«Đạm-tiên, nàng nhé, có hay?
«Hẹn ta, thì đợi dưới này, rước ta».
Dưới đèn sẵn bức tiên-hoa,
Một thiên tuyệt-bút, gọi là để sau.
Cửa bồng vội mở rèm châu,
Trời cao, sông rộng, một màu bao-la.
Rằng: «Từ-công hậu-đãi ta,
«Xót vì việc nước mà ra phụ lòng.
«Giết chồng mà lại lấy chồng,
«Mặt nào mà lại đứng trong cõi đời?

« Thôi thì một thác cho rồi,
« Tấm lòng phó mặc trên trời, dưới sông! »
Trông vời con nước mênh-mông,
Đem mình gieo xuống giữa dòng Tràng-giang.
Thổ-quan theo vớt vội-vàng,
Thì đà đắm ngọc, chìm hương cho rồi!
Thương thay, cũng một thân người!
Hại thay, mang lấy sắc tài làm chi!
Những là oan-khổ lưu-ly,
Chờ cho hết kiếp, còn gì là thân?
Mười lăm năm, bấy nhiêu lần,
Làm gương cho khách hồng-quần thử soi!
Đời người đến thế thì thôi!
Trong cơ âm cực, dương hồi, khôn hay.
Mấy người hiếu nghĩa xưa nay,
Trời làm chi đến lâu ngày càng thương!

X

Giác-duyên từ tiết giã nàng,
Đeo bầu quảy níp, rộng đường vân-du.

gặp bà Tam-hợp đạo-cô,
Thong-dong, hỏi hết nhỏ to sự nàng:
«Người sao, hiếu nghĩa đủ đường?
«Kiếp sao, rặt những đoạn-trường thế thôi?»
Sư rằng: « Phúc họa đạo Trời,
«Cỗi nguồn, cũng ở lòng người mà ra.
«Có Trời mà cũng tại ta,
«Tu là cỗi phúc, tình là dây oan.
«Thúy-Kiều sắc-sảo, khôn-ngoan,
«Vô-duyên là phận hồng-nhan đã đành;
«Lại mang lấy một chữ tình,
«Khư-khư, mình buộc lấy mình vào trong.
«Vậy nên những chốn thong-dong,
«Ở không yên-ổn, ngồi không vững-vàng.
«Ma đưa lối, quỉ đưa đường,
«Lại tìm những chốn đoạn-trường mà đi.
«Hết nạn ấy, đến nạn kia,
«Thanh-lâu hai lượt, thanh-y hai lần.
«Trong vòng giáo dựng, gươm trần,
«Kề lưng hùm-sói, gửi thân tôi-đòi,

«Giữa dòng nước dẫy, sóng giồi,
«Trước hàm rồng-cá gieo mồi vắng-tanh.
«Oan kia theo mãi với tình,
«Một mình mình biết, một mình mình hay.
«Làm cho sống đọa, thác đày,
«Đoạn-trường cho hết kiếp này mới thôi!»
Giác-duyên nghe nói rụng-rời:
«Một đời nàng nhé! thương ôi còn gì?»
Sư rằng: «Song chẳng hề chi,
«Nghiệp duyên cân lại, nhắc đi còn nhiều!
«Xét trong tội-nghiệp Thúy-Kiều:
«Mắc điều tình-ái, khỏi điều tà-dâm.
«Lấy tình thâm, trả tình thâm,
«Bán mình đã động hiếu-tâm đến Trời!
«Hại một người, cứu muôn người,
«Biết đường khinh trọng, biết lời phải chăng.
«Thửa công-đức ấy ai bằng?
«Túc-khiên đã rửa láng-lâng sạch rồi!
«Khi nên, Trời cũng chiều người,
«Nhẹ-nhàng nợ trước, đền bồi duyên sau.

«Giác-duyên dù nhớ nghĩa nhau,
«Tiền-đường thả một bè lau rước người.
«Trước sau cho vẹn một lời,
«Duyên ta mà cũng phúc Trời chi không!»

∴

Giác-duyên nghe nói mầng lòng,
Lân-la tìm thú bên sông Tiền-đường.
Đánh tranh, chụm nóc thảo-đường,
Một gian nước biếc, mây vàng chia đôi.
Thuê năm, ngư-phủ hai người,
Đóng thuyền chực bến, kết chài giăng sông,
Một lòng chẳng quản mấy công,
Khéo trong gặp-gỡ cũng trong chuyển-vần!
Kiều từ gieo xuống duềnh ngân,
Nước xuôi bỗng đã trôi dần tận nơi.
Ngư-ông kéo lưới, vớt người,
Ngẫm lời Tam-hợp rõ mười chẳng ngoa!
Trên mui lướt-mướt áo là,
Tuy dầm hơi nước, chưa loà bóng gương.

Giác-duyên nhận thật mặt nàng,
Nàng còn thiêm-thiếp giấc vàng chưa phai.
Mơ-màng phách-quế, hồn-mai,
Đạm-Tiên, thoắt đã thấy người ngày xưa.
Rằng : « Tôi đã có lòng chờ,
« Mất công mười mấy năm thừa ở đây.
« Chị sao phận mỏng, đức dày ?
« Kiếp xưa đã vậy, lòng này dễ ai !
« Tấm thành đã thấu đến Trời,
« Bán mình là hiếu, cứu người là nhân.
« Một niềm vì nước, vì dân,
« Âm-công cất một đồng cân đã già ?
« Đoạn-trường sổ, rút tên ra,
« Đoạn-trường thơ, phải đưa mà trả nhau.
« Còn nhiều hưởng thụ về lâu,
« Duyên xưa đầy-đặn, phúc sau dồi-dào ! »
Nàng còn ngơ-ngẩn biết sao,
« Trạc-Tuyền » ! nghe tiếng gọi vào bên tai.
Giật mình thoắt tỉnh giấc mai,
Bâng-khuâng, nào đã biết ai mà nhìn.

Trong thuyền, nào thấy Đạm-tiên?
Bên mình chỉ thấy Giác-duyên ngồi kề.
Thấy nhau mầng-rỡ trăm bề,
Dọn thuyền, mới rước nàng về thảo-lư.
Một nhà chung-chạ sớm trưa,
Gió trăng mát mặt, muối giưa chay lòng.
Bốn bề bát-ngát mênh-mông.
Triều dâng hôm sớm, mây lồng trước sau.

XI

Nạn xưa, trút sạch lầu-lầu,
Duyên xưa, chưa dễ biết đâu chốn này.
Nỗi nàng tai-nạn đã đầy,
Nỗi chàng Kim Trọng bấy-chầy mới thương.
Từ ngày muôn dặm phù tang,
Nửa năm ở đất Liêu-dương lại nhà,
+Vội sang vườn Thúy dò-la,
+Nhìn phong-cảnh cũ, nay đã khác xưa.
Đầy vườn cỏ mọc, lau thưa,
Song trăng quạnh-quẽ, vách mưa rã-rời;

Trước sau nào thấy bóng người,
Hoa đào năm ngoái còn cười gió đông.
Xập-xè én liệng lầu không,
Cỏ lan mặt đất, rêu phong dấu giày,
Cuối tường gai gốc mọc đầy,
Đi về, này những lối này năm xưa.
Chung-quanh lặng-ngắt như tờ,
Nỗi niềm tâm-sự bây giờ hỏi ai?
Láng-giềng có kẻ sang chơi,
Lân-la sẽ hỏi một hai sự tình.
Hỏi ông, ông mắc tụng đình,
Hỏi nàng, nàng đã bán mình chuộc cha,
Hỏi nhà, nhà đã dời xa,
Hỏi chàng Vương, với cùng là Thúy-Vân.
Đều là sa-sút khó khăn,
Thuê may, bán viết, kiếm ăn lần-hồi.
Điều đâu sét đánh lưng trời,
Thoắt nghe, chàng thoắt rụng-rời xiết bao!
Vội han di-trú nơi nao?
Đánh đường, chàng mới tìm vào tận nơi.

Nhà tranh, vách đất tả-tơi,
Lau treo rèm nát, trúc gài phên thưa.
Một sân đất cỏ dầm mưa,
Càng ngao-ngán nỗi, càng ngơ-ngẩn dường!
Đánh liều lên tiếng ngoài tường,
Chàng Vương nghe tiếng, vội-vàng chạy ra.
Dắc tay, vội rước vào nhà,
Mái sau, viên-ngoại ông bà ra ngay.
Khóc than kể hết niềm tây:
«Chàng ôi! biết nỗi nước này cho chưa?
«Kiều-nhi phận mỏng như tờ,
«Một lời đã lỗi tóc-tơ với chàng!
«Gặp cơn gia biến lạ dường,
«Bán mình nó phải tìm đường cứu cha.
«Dùng-dằng khi bước chân ra,
«Cực trăm nghìn nỗi, dặn ba bốn lần.
«Trót lời nặng với lang-quân
«Mượn con em nó Thúy-Vân thay lời.
«Gọi là trả chút nghĩa người,
«Sầu này dằng-dặc muôn đời chưa quên.

«Kiếp này, duyên đã phụ duyên,
«Dạ-đài còn biết, sẽ đền lai-sinh.
«Mấy lời ký-chú đinh-ninh,
«Ghi lòng để dạ, cất mình ra đi.
«Phận sao bạc bấy, Kiều-nhi!
«Chàng Kim về đó, con thì đi đâu?»
Ông bà càng nói càng đau,
Chàng càng nghe nói, càng dầu như dưa.
Vật mình vẫy gió, tuôn mưa,
Dầm-dề giọt ngọc, thẫn-thờ hồn mai!
Đau đời đoạn, ngất đời thôi,
Tỉnh ra lại khóc, khóc rồi lại mê.
Thấy chàng đau nỗi biệt-ly,
Nhận ngừng, ông mới vỗ-về giải-khuyên.
«Bây giờ ván đã đóng thuyền,
«Đã đành phận bạc, khôn đền tình-chung!
«Quá thương chút nghĩa đèo-bòng,
«Nghìn vàng thân ấy, dễ hòng bỏ sao?»
Dỗ-dành, khuyên giải, trăm chiều,
Lửa phiền càng dập, càng khêu mối phiền.

Thề xưa, dở đến kim-hoàn,
Của xưa, lại dở đến đàn với hương.
Sinh càng trông thấy, càng thương,
Gan càng tức-tối, ruột càng xót-xa.
Rằng: « Tôi trót quá chân ra,
« Để cho đến nỗi trôi hoa, dạt bèo.
« Cùng nhau thề thốt đã nhiều,
« Những điều vàng đá, phải điều nói không
« Chưa chăn-gối, cũng vợ chồng,
« Lòng nào mà nỡ dứt lòng cho đang?
« Bao nhiêu của, mấy ngày đàng,
« Còn tôi, tôi một gặp nàng mới thôi!»
Nỗi thương, nói chẳng hết lời,
Tạ từ, sinh mới sụt-sùi trở ra.

∴

Vội về sửa chốn vườn hoa,
Rước mời viên-ngoại ông bà cùng sang.
Thần-hôn, chăm chút lễ thường,
Dưỡng thân, thay tấm lòng nàng ngày xưa.

Đinh-ninh mài lệ, chép thư,
Cắt người tìm-tõi, đưa tờ nhắn-nhe.
Biết bao công mượn, cuả thuê,
Lâm-thanh mấy độ đi về dặm khơi.
Người một nơi, hỏi một nơi,
Mênh-mông nào biết bể trời nơi nao?
Sinh càng thảm-thiết, khát-khao,
Như nung gan sắt, như bào lòng son.
Ruột tằm, ngày một héo dần,
Tuyết sương ngày một hao mòn mình ve.
Thẩn-thơ, lúc tỉnh, lúc mê,
Máu theo nước mắt, hồn lìa chiêm-bao!

∴

Xuân-huyên lo sợ xiết bao,
Quá ra, khi đến thế nào mà hay!
Vội-vàng sắm-sửa chọn ngày,
Duyên Vân sớm đã xe dây cho chàng.
Người yểu-điệu, kẻ văn-chương,
Giai tài gái sắc, xuân đương vừa thì.

Tuy rằng vui chữ vu-qui,
Vui này, đã cất sầu kia được nào!
Khi ăn-ở, lúc ra vào,
Càng sâu duyên mới, càng dào tình xưa.
Nỗi nàng nhớ đến bao giờ,
Tuôn châu đòi trận, vò tơ trăm vòng.
Có khi vắng-vẻ thư-phòng,
Đốt lò hương, dở phím đồng ngày xưa:
Bể-bai, rủ-rỉ tiếng tơ,
Trầm bay nhạt khói, gió đưa lay rèm.
Dường như bên nóc, bên thềm,
Tiếng Kiều đồng-vọng, bóng xiêm mơ-màng.
Bởi lòng tạc đá, ghi vàng,
Tưởng nàng, nên lại thấy nàng về đây.

∴

Những là phiền muộn đêm ngày,
Xuân thu, biết đã đổi thay mấy lần?
Chế-khoa gặp hội tràng-văn,
Vương, Kim cũng chiếm bảng-xuân một ngày.

Cửa trời rộng mở đường mây,
Hoa chào ngõ hạnh, hương bay dặm phần.
Chàng Vương nhớ đến xa gần,
Sang nhà Chung-lão, tạ ân chu tuyền.
Tình xưa, ân trả, nghĩa đền,
Gia-thân bèn mới kết duyên Châu-Trần.
Kim từ nhẹ bước thanh-vân,
Nỗi nàng, càng nghĩ xa gần, càng thương.
Ấy ai dặn ngọc, thề vàng,
Bây giờ kim-mã, ngọc-đường với ai?
Rễ bèo, chân sóng, lạc-loài,
Nghĩ mình vinh-hiển, thương người lưu-ly.
Vâng ra ngoại-nhậm Lâm-chuy,
Quan-sơn nghìn dặm, thê-nhi một đoàn.
Cầm-đường ngày tháng thanh-nhàn,
Sớm khuya tiếng hạc, tiếng đàn, tiêu-dao.
Phòng xuân trướng rủ hoa đào,
Nàng Vân nằm, bỗng chiêm-bao thấy nàng.
Tỉnh ra mới rỉ cùng chàng,
Nghe lời, chàng cũng hai đường tin nghi.

Nọ Lâm-thanh với Lâm-chuy,
Khác nhau một chữ, hoặc khi có lầm.
Trong cơ thanh, khí, tương-tầm,
Ở đây hoặc có giai-âm chăng là?
Thẳng đường chàng mới hỏi tra,
Họ Đô có kẻ lại già thưa lên:
« Sự này đã ngoại mười niên,
« Tôi đà biết mặt, biết tên rành-rành.
« Tú-bà cùng Mã Giám-sinh,
« Đi mua người ở Bắc-kinh đưa về.
« Thúy-Kiều tài sắc, ai bì,
« Có nghề đàn, lại đủ nghề văn thơ!
« Kiên-trinh chẳng phải gan vừa,
« Liều mình thế ấy, phải lừa thế kia.
« Phong-trần, chịu đã ê-chề,
« Dây duyên, sau lại gả về Thúc-lang.
« Phải tay vợ cả phũ-phàng,
« Bắt về Vô-tích, toan đường bẻ hoa.
« Bực mình, nàng phải trốn ra,
« Chẳng may lại gặp một nhà Bạc kia.

«Thoắt buôn về, thoắt bán đi,
«Mây trôi bèo nổi, thiếu gì là nơi!
«Bỗng đâu lại gặp một người,
«Hơn người trí dũng, nghiêng trời uy-linh.
«Trong tay muôn vạn tinh-binh,
«Kéo về đóng chật một thành Lâm-chuy.
«Tóc-tơ các tích mọi khi,
«Oán thì trả oán, ân thì trả ân.
«Đã nên có nghĩa, có nhân,
«Trước sau trọn-vẹn, xa gần ngợi-khen.
«Chưa tường được họ được tên,
«Sự này, hỏi Thúc-sinh viên mới tường».
Nghe lời Đô nói rõ-ràng,
Tức thì đệ thiếp mời chàng Thúc-sinh.
Nỗi nàng hỏi hết phân-minh,
Chồng con đâu tá, tính-danh là gì?
Thúc rằng: «Gặp lúc lưu-ly,
«Trong quân, tôi hỏi thiếu gì tóc-tơ.
«Đại-vương tên Hải, họ Từ,
«Đánh quen trăm trận, sức dư muôn người.

"Gặp nàng thời ở châu Thai,
"Lạ gì quốc-sắc, thiên-tài phải duyên.
"Vẫy-vùng trong bấy nhiêu niên,
"Làm nên động địa kinh thiên đùng-đùng.
"Đại-quân đồn đóng cõi đông,
"Về sau, chẳng biết vần-mồng làm sao?"
Nghe tường ngành-ngọn tiêu-hao,
Lòng riêng, chàng luống lao-đao thẫn-thờ.
Xót thay chiếc lá bơ-vơ!
Kiếp trần, biết dũ bao giờ cho xong?
Hoa theo nước chảy xuôi dòng,
Xót thân chìm nổi, đau lòng hợp tan!
Lời xưa đã lỗi muôn vàn,
Mảnh hương còn đó, phím đàn còn đây.
Đàn cầm khéo ngẩn-ngơ dây,
Lửa hương biết có kiếp này nữa thôi?
Bình-bồng còn chút xa-xôi,
Đỉnh-chung sao nỡ ăn ngồi cho an!
Rắp mong treo ấn, từ quan,
Mấy sông cũng lội, mấy ngàn cũng qua.

giấu mình trong áng can-qua,
Vào sinh, ra tử, hoạ là thấy nhau.
Nghĩ điều trời thẳm vực sâu,
Bóng chim, tăm cá, biết đâu mà nhìn!
Những là nấn-ná đợi tin,
Nắng mưa đã biết mấy phen đổi dời?

∴

Năm mây, bỗng thấy chiếu Trời,
Khâm ban sắc-chỉ đến nơi rành-rành:
Kim thì cải-nhậm Nam-bình,
Chàng Vương, cũng cải-nhậm thành Phú-dương
Sắm-sanh xe ngựa vội-vàng,
Hai nhà cũng thuận một đường phó quan.
Sẩy nghe thế giặc đã tan,
Sóng êm Phúc-kiến, lửa tàn Tích-giang.
Được tin, Kim mới rủ Vương,
Tiện đường, cùng lại tìm nàng sau xưa.
Hàng-châu, đến đó bấy giờ,
Thật tin hỏi được tóc-tơ rành-rành.

Rằng: « Ngày hôm nọ giao binh,
« Thất cơ, Từ đã thu linh trận tiền.
« Nàng Kiều công cả, chẳng đền,
« Lệnh quân lại bắt ép duyên Thổ-tù.
« Nàng đà gieo ngọc, trầm châu,
« Sông Tiền-đường đó, ấy mồ hồng-nhan! »
Thương ôi! Không hợp mà tan,
Một nhà vinh-hiển, riêng oan một nàng!

XII

Chiêu hồn, thiết vị, lễ thường,
Giải-oan, lập một đàn-tràng bên sông.
Ngọn triều, non bạc, trùng-trùng,
Vời trông còn tưởng cánh hồng lúc gieo.
Tình thâm, bể thảm, lạ điều,
Nào hồn tinh-vệ biết theo chốn nào?
Cơ-duyên đâu bỗng lạ sao?
Giác-duyên đâu bỗng tìm vào đến nơi.
Trông lên linh-vị chữ bài,
Thất-kinh mới hỏi: « Những người đâu ta?

«Với nàng thân-thích gần xa?
«Người còn, sao bỗng làm ma khóc người?»
Nghe tin ngơ-ngác rụng-rời,
Xúm quanh kể họ, rộn lời hỏi tra:
«Này chồng, này mẹ, này cha,
«Này là em ruột, này là em dâu.
«Thật tin nghe đã bấy lâu,
«Pháp-sư dạy thế, sự đâu lạ dường!»
Sư rằng: «Nhân-quả với nàng,
«Lâm-chung buổi trước, Tiền-đường buổi sau.
«Khi nàng gieo ngọc, trầm châu,
«Đón nhau, tôi đã gặp nhau rước về.
«Cùng nhau nương cửa Bồ-đề,
«Thảo-am đó, cũng gần kề chẳng xa.
«Phật-tiền ngày bạc lân-la,
«Đắm-đắm, nàng cũng nhớ nhà khôn khuây».
Nghe tin, nở mặt, mở mày,
Mừng nào lại quá mừng này nữa chăng?
Từ phen chiếc lá lìa rừng,
Thăm tìm luống những liệu chừng nước mây.

Rõ-ràng hoa rụng, hương bay,
Kiếp sau họa thấy, kiếp này hẳn thôi.
Minh dương đôi ngả chắc rồi,
Cõi trần mà lại thấy người cửu-nguyên!
Cùng nhau lạy tạ Giác-duyên,
Bộ hành một lũ, theo liền một khi.
Bẻ lau, vạch cỏ, tìm đường,
Tình-thâm luống hãy hồ-nghi nửa phần.
Quanh-co theo dãy giang-tân,
Khỏi rừng lau đã tới sân Phật-đường.
Giác-duyên lên tiếng gọi nàng,
Buồng trong, vội dạo sen vàng bước ra.
Trông xem đủ mặt một nhà:
Xuân già còn khỏe, huyên già còn tươi;
Hai em phương-trưởng hòa hai,
Nọ chàng Kim đó, là người ngày xưa!
Tưởng bây giờ, là bao giờ,
Rõ-ràng mở mắt, còn ngờ chiêm-bao!
Giọt châu thánh-thót quyến bào,
Mầng mầng, tủi tủi, xiết bao sự tình!

Huyên già dưới gối gieo mình,
Khóc than, mình kể sự mình đầu đuôi:
« Từ con lưu-lạc quê người,
« Bèo trôi, sóng vỗ, chốc mười lăm năm!
« Tính rằng sông nước cát lầm,
« Kiếp này, ai lại còn cầm gặp đây!»
Ông bà trông mặt, cầm tay,
Dung-quang chẳng khác chi ngày bước ra.
Bấy-chầy dãi nguyệt, dầu hoa,
Mười phần xuân, có gầy ba bốn phần.
Nỗi mừng, biết lấy gì cân?
Lời tan hợp, chuyện xa gần, thiếu đâu?
Hai em hỏi trước, han sau,
Đứng trông, chàng cũng trở sầu làm tươi.
Quây nhau lạy trước Phật-đài,
Tái-sinh trần-tạ lòng người từ-bi.
Kiệu-hoa giục-giã tức thì,
Vương-ông dạy rước cùng về một nơi.
Nàng rằng: « Chút phận hoa rơi,
« Nửa đời nếm trải mọi mùi đắng cay.

« Tính rằng mặt nước, chân mây,
« Lòng nào còn tưởng có rày nữa không ?
« Được rày tái-thế tương-phùng,
« Khát-khao đã thoả tấm lòng lâu nay !
« Đã đem mình bỏ am-mây,
« Tuổi này gởi với cỏ cây cũng vừa.
« Mùi thiền, đã bén muối dưa,
« Màu thiền, ăn mặc đã ưa nâu-sồng.
« Sự đời, đã tắt lửa lòng,
« Còn chen vào chốn bụi-hồng làm chi !
« Dở-dang, nào có hay gì ?
« Đã tu, tu trót qua thì, thì thôi !
« Trùng-sinh ân nặng bể trời,
« Lòng nào nỡ dứt nghĩa người ra đi ? »
Ông rằng : « Bỉ thử nhất thì,
« Tu-hành, thì cũng phải khi tòng quyền.
« Phải điều cầu Phật, cầu Tiên,
« Tình kia, hiếu nọ, ai đền cho đây ?
« Độ-sinh nhờ đức cao dày,
« Lập am, rồi sẽ rước thầy ở chung ».

Nghe lời nàng phải chiều lòng,
Giã sư, giã cảnh, đều cùng bước ra.
Một đoàn về đến quan-nha,
Đoàn-viên, vội mở tiệc hoa vui-vầy.
Tàng-tàng, chén cúc dở say,
Đứng lên, Vân mới giãi-bày một hai.
Rằng: « Trong tác-hợp cơ trời,
« Hai bên gặp gỡ, một lời kết-giao.
« Gặp cơn bình-địa ba-đào,
« Vậy đem duyên chị buộc vào duyên em:
« Cũng là phận cải, duyên kim,
« Cũng là máu chảy, ruột mềm, chớ sao?
« Những là rày ước, mai ao,
« Mười lăm năm ấy, biết bao nhiêu tình!
« Bây giờ gương vỡ lại lành,
« Khuôn-thiêng lừa lọc, đã dành có nơi.
« Còn duyên, may lại còn người,
« Còn vầng trăng bạc, còn lời nguyền xưa.
« Quả mai ba bảy đương vừa,
« Đào non sớm liệu xe tơ kịp thì ».

Dứt lời, nàng vội gạt đi :
«Sự muôn năm cũ, kể chi bây giờ ?
«Một lời tuy có ước xưa,
«Xét mình dãi gió, dầu mưa, đã nhiều.
«Nói càng hổ-thẹn trăm chiều,
«Thì cho ngọn nước thủy-triều chảy xuôi!»
Chàng rằng : «Nói cũng lạ đời !
«Dẫu lòng kia vậy, còn lời ấy sao ?
«Một lời đã trót thâm giao,
«Dưới dày có đất, trên cao có trời !
«Dẫu rằng vật đổi, sao dời,
«Tử sinh, cũng giữ lấy lời tử sinh !
«Duyên kia có phụ chi tình,
«Mà toan chia gánh chung-tình làm hai ?»
Nàng rằng : «Gia-thất duyên hài,
«Chút lòng ân ái, ai ai cũng lòng.
«Nghĩ rằng : trong đạo vợ chồng,
«Hoa thơm phong nhị, trăng vòng tròn gương.
«Chữ trinh đáng giá nghìn vàng,
«Đuốc hoa chẳng thẹn với chàng mai xưa.

«Thiếp từ ngộ biến đến giờ,
«Ong qua, bướm lại, đã thừa xấu-xa.
«Bấy-chầy, gió táp mưa sa,
«Mấy trăng cũng khuyết, mấy hoa cũng tàn.
«Còn chi là cái hồng-nhan ?
«Đã xong thân-thế, còn toan nỗi nào ?
«Nghĩ mình, chẳng hổ mình sao ?
«Dám đem trần-cấu dự vào bố-kinh !
«Đã hay chàng nặng vì tình,
«Trông hoa đèn, chẳng thẹn mình lắm ru !
«Từ rày khép cửa phòng thu,
«Chẳng tu, thì cũng như tu mới là !
«Chàng dù nghĩ đến tình xa,
«Đem tình cầm sắt đổi ra cầm cờ.
«Nói chi kết tóc, xe tơ,
«Đã buồn cả ruột, mà rơ cả đời !»
Chàng rằng: « Khéo nói nên lời,
«Mà trong lẽ phải có người có ta !
«Xưa nay trong đạo đàn-bà,
«Chữ trinh kia cũng có ba bảy đường:

"Có khi biến, có khi thường,
"Có quyền, nào phải một đường chấp kinh?
"Như nàng lấy hiếu làm trinh,
"Bụi nào cho đục, được mình ấy vay?
"Trời còn để có hôm nay,
"Tan sương đầu ngõ, vén mây giữa trời:
"Hoa tàn mà lại thêm tươi,
"Trăng tàn mà lại hơn mười rằm xưa.
"Có điều chi nữa mà ngờ,
"Khách qua đường để hững-hờ chàng Tiêu.
Nghe chàng nói đã hết điều,
Hai thân, thì cũng quyết theo một bài.
Hết lời khôn lẽ chối lời,
Cúi đầu, nàng những ngắn dài thở than.
Nhà vừa mở tiệc đoàn-viên,
Hoa soi ngọn đuốc, hồng chen bức là.
Cùng nhau giao-bái một nhà,
Lễ đà đủ lễ, đôi đà đủ đôi.
Động-phòng dìu-dặt chén mồi,
Bâng-khuâng duyên mới, ngậm-ngùi tình xưa.

Những từ sen ngó, đào tơ,
Mười lăm năm, mới bây giờ là đây!
Tình-duyên ấy, hợp tan này,
Bi-hoan mấy nỗi, đêm chầy trăng cao.
Canh khuya bức gấm rủ thao,
Dưới đèn tỏ dạng, má-đào thêm xuân.
Tình-nhân lại gặp tình-nhân,
Hoa xưa ong cũ, mấy phân chung-tình!
Nàng rằng: « Phận thiếp đã đành,
« Có làm chi nữa, cái mình bỏ đi!
« Nghĩ chàng nghĩa cũ, tình ghi,
« Chiều lòng gọi có xướng-tùy mảy-may.
« Riêng lòng đã thẹn lắm thay,
« Cũng đà mặt dạn, mày dày, khó coi!
« Những như âu-yếm vành ngoài,
« Còn toan mở mặt với người cho qua.
« Lại như những thói người ta,
« Vớt hương dưới đất, bẻ hoa cuối mùa.
« Cũng ra dở nhuốc bày trò,
« Còn tình đâu nữa, là thù đấy thôi!

«Người yêu, ta xấu với người,
«Yêu nhau, thì lại bằng mười phụ nhau!
«Cửa nhà dù tính về sau,
«Thì còn em đó, lọ cầu chi đây?
«Chữ trinh còn một chút này,
«Chẳng cầm cho vững, lại giày cho tan!
«Còn nhiều ân-ái chan-chan,
«Hay gì vầy cái hoa tàn mà chơi?»
Chàng rằng: «Gắn-bó một lời,
«Bỗng không cá nước, chim trời, lỡ nhau.
«Xót người lưu-lạc bấy lâu,
«Tưởng thề-thốt nặng cũng đau-đớn nhiều!
«Thương nhau sinh-tử đã liều,
«Gặp nhau còn chút bấy nhiêu là tình.
«Chừng xuân tơ-liễu còn xanh,
«Nghĩ rằng chưa thoát khỏi vành ái-ân.
«Gương trong chẳng chút bụi trần,
«Một lời quyết hẳn muôn phần kính thêm!
«Bấy lâu đáy bể, mò kim,
«Là nhiều vàng-đá, phải tìm trăng-hoa?

"Ai ngờ lại hợp một nhà,
"Lọ là chăn gối, mới ra sắt cầm!"
Nghe lời sửa áo cài trâm,
"Khấu đầu lạy tạ cao thâm nghìn trùng.
"Thân tàn gạn đục, khơi trong,
"Là nhờ quân-tử khác lòng người ta.
"Mấy lời tâm-phúc ruột-rà,
"Tương-tri dường ấy, mới là tương-tri!
"Chở-che, đùm-bọc, thiếu gì?
"Trăm năm danh tiết cũng vì đêm nay!"
Thoắt thôi, tay lại cầm tay.
Càng yêu vì nết, càng say vì tình.
Thêm nến giá, nối hương bình,
Cũng nhau lại chúc chén huỳnh giao-hoan.
Tình xưa lai-láng khôn hàn,
Thong-dong, lại hỏi ngón đàn ngày xưa.
Nàng rằng: "Vì mấy đường tơ,
"Lầm người cho đến bây giờ mới thôi!
"Ăn-năn thì sự đã rồi!
"Nể lòng người cũ, vâng lời một phen".

Phím đàn dìu-dặt tay tiên,
Khói trầm cao thấp, tiếng huyền gần xa.
Khúc đâu đầm-ấm dương hòa!
Ấy là hồ-điệp hay là Trang-sinh?
Khúc đâu êm-ái xuân tình!
Ấy hồn Thục-đế hay mình đỗ-quyên?
Trong sao châu dỏ duyềnh quyên!
Ấm sao hạt ngọc Lam-điền mới đông!
Lọt tay nghe suốt năm cung,
Tiếng nào, là chẳng não-nùng xôn-xao.
Chàng rằng: « Phổ ấy tay nào?
« Xưa sao sầu-thảm, nay sao vui-vầy?
« Tẻ vui bởi tại lòng này,
« Hay là khổ-tận, đến ngày cam-lai? »
Nàng rằng: « Vì chút nghề chơi,
« Đoạn-trường tiếng ấy hại người bấy lâu!
« Một phen tri-kỷ cùng nhau,
« Cuốn dây từ đấy, về sau cũng chừa ».
Truyện-trò chưa cạn tóc-tơ,
Gà đà gáy sáng, trời vừa rạng đông.

Tình riêng, chàng lại nói sòng,
Một nhà ai cũng lạ-lùng khen khao.
Cho hay thục-nữ chí cao,
Phải người sớm mận, tối đào như ai?
Hai tình vẹn-vẽ hòa hai,
Chẳng trong chăn gối, cũng ngoài cầm thơ.
Khi chén rượu, khi cuộc cờ,
Khi xem hoa nở, khi chờ trăng lên.
Ba-sinh đã phỉ mười nguyền,
Duyên đôi-lứa cũng là duyên bạn bầy.
Nhớ lời, lập một am mây,
Khiến người thân-tín rước thầy Giác-duyên.
Đến nơi đóng cửa, cài then,
Rêu trùm kẽ ngạch, cỏ lên mái nhà.
Sư đà hái thuốc phương xa,
Mây bay, hạc lánh, biết là tìm đâu?
Nặng vì chút nghĩa bấy lâu,
Trên am cứ giữ hương dầu hôm mai.
Một nhà phúc lộc gồm hai,
Nghìn năm dằng-dặc, quan giai lần-lần.

Thừa gia chẳng hết nàng Vân,
Một cây cù-mộc, một sân quế-hòe.
Phong-lưu phú-quí ai bì,
Vườn xuân một cửa, để bia muôn đời.

∴

Ngẫm hay muôn sự tại trời,
Trời kia đã bắt làm người có thân.
Bắt phong-trần, phải phong-trần,
Cho thanh-cao, mới được phần thanh-cao.
Có đâu thiên-vị người nào,
Chữ tài, chữ mệnh, dồi-dào cả hai.
Có tài, mà cậy chi tài ?
Chữ tài liền với chữ tai một vần.
Đã mang lấy nghiệp vào thân,
Cũng đừng trách lẫn Trời gần, Trời xa.
Thiện-căn ở tại lòng ta,
Chữ tâm kia mới bằng ba chữ tài !
Lời quê chắp nhặt dông-dài,
Mua vui cũng được một vài trống canh.

CHUNG

IN XONG NGÀY 27 THÁNG
11 NĂM 1951 D. L. TẠI NHÀ IN
VAN HOC, CHO NHÀ XUẤT BẢN
VAN HOC. NGOÀI SỐ CUỐN IN
TRÊN GIẤY VÉLIN, CÒN IN 1.000
CUỐN TRÊN GIẤY OFFSET
SUPÉRIEUR, ĐÁNH SỐ TỪ V. H. 1
ĐẾN V. H. 1.000.

IMP. PAUL DUPONT, PARIS
N° D'IMPRESSION : 3892

www.ingramcontent.com/pod-product-compliance
Lightning Source LLC
LaVergne TN
LVHW070905051026
849558LV00012B/341
* 9 7 8 1 9 8 9 7 0 5 7 8 0 *